# भाऊ मुरारराव

## विजय तेंडुलकर यांची नाटके

**नाटक**

अशी पाखरे येती
एक हट्टी मुलगी
कमला
कन्यादान
कावळ्यांची शाळा*
कुत्रे
गिधाडे
गृहस्थ*
घरटे अमुचे छान
घाशीराम कोतवाल
चिमणीचं घरं होतं मेणाचं
चिरंजीव सौभाग्यकांक्षिणी
झाला अनंत हनुमंत
त्याची पाचवी***
दंबद्वीपचा मुकाबला
नियतीच्या बैलाला**
पाहिजे जातीचे
फूटपायरीचा सम्राट
बेबी
भल्याकाका
भाऊ मुरारराव
मधल्या भिंती
माणूस नावाचे बेट
मित्राची गोष्ट
मी जिंकलो! मी हरलो!
विठ्ठला
शांतता! कोर्ट चालू आहे
श्रीमंत
सखाराम बाइंडर
सफर**
सरी ग सरी

**एकांकिका**

समग्र एकांकिका : भाग १
समग्र एकांकिका : भाग २
समग्र एकांकिका : भाग ३

**बालवाङ्मय**

इथे बाळं मिळतात
चांभारचौकशीचे नाटक
चिमणा बांधतो बंगला
पाटलाच्या पोरीचं लगीन
बाबा हरवले आहेत
बॉबीची गोष्ट
राजाराणीला घाम हवा

**अनुवादित**

आधे अधुरे
(मूळ लेखक : मोहन राकेश)
तुघलक
(मूळ लेखक : गिरीश कार्नाड)
मी कुमार
(मूळ लेखक : मधु राय)
लिंकन यांचे अखेरचे दिवस
(मूळ लेखक : मार्क फॉन डॉरन)
लोभ नसावा ही विनंती
(मूळ लेखक : जॉन पॅट्रिक)
वासनाचक्र
(मूळ लेखक : टेनेसी विल्यम्स)

---

* 'गृहस्थ'चे पुनर्लेखन : 'कावळ्यांची शाळा'
** ध्वनिफितीच्या रूपानेही प्रकाशित
*** मूळ इंग्रजी : His Fifth Woman (अनु. चंद्रशेखर फणसळकर)

# भाऊ मुरारराव

### विजय तेंडुलकर

पॉप्युलर प्रकाशन, मुंबई

भाऊ मुरारराव
(म - १०८१)
पॉप्युलर प्रकाशन
ISBN 978-81-7185-879-8

BHAU MURARRAO
(Marathi : Play)
Vijay Tendulkar

© २०१८, तनुजा मोहिते

पहिली आवृत्ती : १९७५ / १८९७
नीलकंठ प्रकाशन, पुणे
दुसरी आवृत्ती : २००५ / १९२७
पुनर्मुद्रण : २०१८ / १९४०


प्रकाशक
हर्ष भटकळ
पॉप्युलर प्रकाशन प्रा. लि.
३०१, महालक्ष्मी चेंबर्स
२२, भुलाभाई देसाई रोड
मुंबई ४०००२६


अक्षरजुळणी
एच. एम. टाइपसेटर्स
११२०, सदाशिव पेठ
विद्याधर अपार्टमेंट्स
निंबाळकर तालीम चौक
पुणे ४११०३०

या नाटकाचे प्रयोग, भाषांतर, चित्रपट
दूरदर्शन रूपांतर, व्हीसीडी, डीव्हीडी
ई-बुक्स रूपांतर इत्यादी संदर्भातील
सर्व हक्क श्रीमती तनुजा मोहिते यांचे
स्वाधीन आहेत. परवानगी व परवानगीमूल्य
या संदर्भात तनुजा मोहिते, जेड गार्डन
आय विंग, १२०४, एमआयजी क्लबमागे
गांधीनगर, बीकेसी, वांद्रे (पूर्व)
मुंबई ४०००५१
या पत्त्यावर पत्रव्यवहार करावा

चालू आणीबाणी आणि शिस्तपर्वाआधी सुमारे चार महिने हे नाटक लिहिले.
सद्य:स्थितीशी, यामुळेच, त्याचा तसा संबंध नाही.
जो संबंध भासेल तो योगायोगाने.
तसेच प्रत्यक्षातील कोणतीही व्यक्ती वा पक्ष या नाटकात अभिप्रेत नाही.
प्रवृत्ती हा या नाटकाचा विषय आहे.
प्रयोग न होता पुस्तकरूपाने प्रकाशित झालेले हे माझे पहिलेच नाटक.
परंतु ते प्रयोगांसाठीच आहे.

**—विजय तेंडुलकर**

'भाऊ मुरारराव' या नाटकाचा पहिला प्रयोग थिएटर ॲकॅडमी, पुणे या संस्थेने नोव्हेंबर १९७६ मध्ये भरत नाट्य मंदिर, पुणे येथे सादर केला.

**भूमिका**

| | | |
|---|---|---|
| दिग्दर्शक | : | मोहन गोखले |
| नेपथ्य | : | दिलीप मंगळवेढेकर |
| प्रकाशयोजना | : | रमेश मेढेकर |
| ध्वनिसंयोजन | : | नंदू पोळ |
| सूत्रधार | : | श्रीधर राजगुरू |
| निर्मिती | : | थिएटर युनिट, पुणे. |

**कलाकार**

नाना पाटेकर
शोभा पत्की
विजय जोशी
प्रवीण गोखले
मंदार भोपटकर
श्रीराम पेंडसे
देवेंद्र साठे
बाली अवस्थी
विजय देव
दिपक ओक
प्रकाश रानडे

**अंक पहिला** : संध्याकाळ, टेबलावर हारतुऱ्यांचा प्रचंड ढीग..

**मुरार** : (टेलिफोन घेत आहेत.) मी निमित्तमात्र आहे. तुम्हा सर्वांच्या सदिच्छांचा विजय आहे. हो ना. जबाबदारी मोठीच आहे. नाही, सोपं नाही. अग्रलेख लिहिणार? लिहा ना, लिहा. व्यक्तिगत स्तुती उगीच फार करू नका मात्र. मी तसा लहान माणूस आहे. पक्षाच्या नेत्यांची कृपा. नाही, एकमताचा होता निर्णय. चुकीची आहे तुमची माहिती. अगदी चुकीची. असं आहे, मतभेद असणारच. पसंती नापसंती असणार. पक्ष माणसांचां होतो अखेर. निर्णय एकमताचाच होता. रावसाहेबांनी तर नावं सुचवलं. स्वत: सुचवलं. भाऊंनी अनुमोदन दिलं.
(मागे देसाई एक लठ्ठ हार आणि फोटोग्राफर घेऊन येऊन उभा.)
या. आधी अपॉइंटमेंट घेऊन या. उद्या सकाळी दिल्लीला जातोय. संध्याकाळी परत येईन. ठीक आहे. आत्ताच जरा उसंत मिळतेय. सकाळपासून गर्दी होती सारखी. त्यात टेलिव्हिजनसाठी संदेशाचं भाषण रेकॉर्ड करायचं होतं. आज संध्याकाळी दाखवतील. चालायचंच. दिवस आहे आजचा. मागल्या त्या आजारातनं उठलो, पण तसा थकवा येतो अधून मधून अति श्रमाचा. नाही, तब्येत अगदी उत्तम आहे. ईश्वराची कृपा. आणि हो, आजच्या तुमच्या पेपरात तुम्ही ती जाहिरात टाकली याबद्दल आभार. रात्री उशिरा दिली ना. लोक बोलताहेत? ज्याला पोचायची त्याच्यापर्यंत पोचली तर उपयोग. बघू या. अच्छा थँक यू. (रिसीव्हर ठेवतात. तसेच जरा रेंगाळतात.)

**देसाई** : (मागून) अभिनंदन!

**मुरार** : (वळून) कोण?

**देसाई** : मी, अनंत देसाई, साहेब. अभिनंदन, त्रिवार अभिनंदन. जरा

उशीरच झाला. (येऊन हार घालतो बळेच. मुरारराव जांभई दाबताहेत. फोटोग्राफर फोटो काढतो.) फार छान झालं.

**मुरार** : थँक यू.

**देसाई** : महाराष्ट्राचं भाग्य म्हणून तुम्हांला मुख्यमंत्रीपदासाठी निवडलं. आता प्रश्न नाही. आपलं राज्य सर्व बाबतीत आघाडीवर राहील साहेब. शंकाच नको.

**मुरार** : असं?

**देसाई** : विरोधकसुद्धा म्हणताहेत... हा सन्मान तुमचा नव्हे, राज्याचा सन्मान आहे हा.

**मुरार** : (येऊन उभ्या राहिलेल्या गड्याच्या हातच्या ट्रेमधले दोन मोठे पेढे निर्विकारपणे देत) घ्या, पेढे घ्या. चहा घेणार?
(फोन वाजू लागतो. मुराररावांची मुद्रा त्रासिक.)

**देसाई** : मी पाहू साहेब? कुणाचा फोन तो?
(मुरारराव स्वतः 'नको' म्हणत फोन घेतात. देसाई फोटोग्राफरशी कुजबुजून त्याला पाठवतो.)

**मुरार** : (रिसीव्हरमध्ये) कोण? आय. जी. पी. बसाळे? काय म्हणतात? बोलतात? द्या, लाइन द्या. थँक यू. (जांभई दाबीत) श्रेय श्रेष्ठींना. मी फार लहान माणूस आहे. तुमच्या सर्वांच्या सहकार्याने काय होईल ते करीन. (पुन्हा जांभई दाबताहेत.) होय, होय. माहीत आहे. काय म्हणालात? (एकदम हुशारतात. पुन्हा मंद होतात.) मला वाटलं सापडला. नाही सापडला अजून? पत्ता चुकीचा आहे तर बसाळे, बरोबर पत्ता शोधून काढणं तुमचं काम आहे. नाव चुकलं असण्याचा संभव नाही. नाही, मला नाही वाटत. वाटेल तिथून शोधून आणा. दॅट्स युअर हेडेक. पोलीसफोर्स आहे तुमचा, बाजारबुणग्यांची सेना नव्हे. चोवीस तास देतो तुम्हांला. जंग जंग पछाडा पण त्याला जिवंत अगर- म्हणजे आपलं,

जिवंतच- आणून हजर करा. सबबी ऐकून घेतल्या जाणार नाहीत.
(रिसीव्हर जरा आपटतातच. विचारमग्न उभे राहतात.)

देसाई : कुणाबद्दल चाललं होतं, साहेब? सहज म्हणून विचारतो–

मुरार : आधीच्या मुख्यमंत्र्यांना असंच विचारत असाल तुम्ही देसाई?

देसाई : (हसत हसत) हो ना. गेली दहा वर्षं रोज राबता रहात आला
आहे, साहेब. आपण तिसरे सी. एम.! पण कुणाबद्दल एवढे
डिस्टर्ब आहा तुम्ही? कुणाला भेटू इच्छिता? आपण आणू
की शोधून. त्यात काय
(टेलिफोन वाजतो.)

मुरार : (रिसीव्हरमध्ये) येस?

मोगरे : (लाइनवर) मी, मोगरे, साहेब. नानालाल जमनादास आले
आहेत, अभिनंदनाला.

मुरार : नानालाल- असं असं. तो नानालाल. पाठवा त्याला.
(नानालाल प्लॅस्टिकच्या कागदातला मोठा तुरा घेऊन येतात.)

देसाई : (त्यांना घरोब्याच्या स्वरात) या नानालाल.

नानालाल : (देसाईची दखल न घेता सरळ मुराररावांना तुरा देऊन शेकहँड
करीत) व्हेरी ग्लॅड, व्हेरी ग्लॅड, सर. हार्टी क्राँग्रॅट्स. मी
नानालाल. एक छोटासा बेपारी, सोशल वर्कर माणूस. आणि
तुमचा पहिल्यापासून चहाता. आय ॲम हॅपिएस्ट टु डे, साहेब.
आजच्या परिस्थितीत योग्य माणूस निवडला तुमच्या पक्षाने.
ग्रेट इव्हेण्ट! आमच्या ग्रेन डीलर असोसिएशनच्या आणि
अंध सेवा समितीच्या वतीने अभिनंदन.

मुरार : (पेढे देत) घ्या, पेढे. काही (जांभई दाबीत) चहा वगैरे?

नानालाल : नो, नो; थँक यू व्हेरी मच. फकस्त आमची खुषी नोंदवायला
आलो. आमचा एकदम सपोर्ट आहे साहेब तुम्हांला. असोसिएशन
आणि समितीत ठरावच करून टाकणार. आपला ज्यादा वेळ

नाही घेत आता. टाइम इज मनी. जाऊ मग? (नमस्कार करून जातो.)

**देसाई** : नानालाल म्हणजे कसा साहेब, व्यवस्थित माणूस. आपला इंटरेस्ट अगदी व्यवस्थित पहाणार. ग्रेन-डीलर्स आणि आंधळे यांत काही संबंध आहे काय? पण दोन्ही संस्थांत हा कायम.

**मुरार** : देसाई, प्रत्येकजण आपापला इंटरेस्टच पहातो–

**देसाई** : तेच ना. म्हणूनच म्हटलं. तसा चारचौघांसारखाच आहे नानालाल. मग तो कोण- आपण भेटू इच्छिता तो- शोध घेत आहात तो- (विरोधी आमदार टी. टी. येतात. मागे हाती काही तरी धरलेले.)

**मुरार** : (टी. टीं. ना पाहून खुलतात.) या, या, टी. टी. तुम्हीसुद्धा आजच्या कुंभमेळ्यात?

**टी. टी.** : कुंभमेळा संपला असेल समजून आलो. (फूल पुढे धरून मुराररावांना 'नजर' करून) हा आमच्या इथल्या यजमानांच्या बागेतला बरं का. आमची बाग नाशकाला राहिली.

(फक्त फूल पाहून मुरारराव जरा नाराज.)

छोटा, पण मोठा देखणा वाटला म्हणून आपल्याकरता मुद्दाम आणला. असाच आपला लौकिक दरवळो, वगैरे... म्हणजे अशा वेळी काही काव्यमय, काही देखणं बोलायची रीत आहे म्हणून. एरवी तो गुलाबच बघा ना कसा लेकाचा मस्त बोलतो आहे त्याच्या सुगंधानं. काय देसाई, तुम्ही चीफ मिनिस्टरांचा जसा काही ठेकाच घेतल्यासारखा आहे. प्रत्येक चीफ मिनिस्टरच्या स्वागताला तुम्ही, निरोपाला तुम्ही, उत्सवाला तुम्ही, वाढदिवसाला तुम्ही- आणि कुणास ठाऊक कशा-कशाला–

**देसाई** : (हसत) हॅ हॅ, अजून तसं काही घडलेलं नाही या राज्यात, टी. टी! या राज्यात जो मुख्यमंत्री होतो ना, तो दीर्घायुषीच होत असतो–

**टी. टी.** : होईल, अमरसुद्धा होईल!

**मुरार** : पेढे घ्या टी. टी., आधी तोंड गोड करा. (पूर्ण जांभई देऊन) केव्हांची येत होती. द्यायलाच उसंत नव्हती. (पेढे देत) घ्या. उद्यापासून आहेतच पुन्हा विधानसभेत कडवट भाषणं करायची.

**टी. टी.** : तुम्ही पण आमची जराशी पंचाईतच करून टाकली आहे, मुरारराव.

**मुरार** : पंचाईत? तुमची कसली पंचाईत होते? समोर मुरारराव असो की परमेश्वर, तुमची तोफ धडाडतच राहणार. चालू द्या तुमचं टी. टी.; आम्हीही यथाशक्ती आमचं काम करू. संघर्ष हा हवाच.

**टी. टी.** : होय; त्यानं जरा जाग रहाते विधानसभेत. एरवी विधानसभेचं शयनागार होईल! तुमच्या पक्षाच्या काही बॅक-बेंचर्सनी ते केलंही आहे म्हणा. परवा तो तुमचा हंबीर थोरात अर्थमंत्र्यांच्या उत्तराच्या वेळी कसा निवांत झोपला होता; पाहिलात की नाही?

**मुरार** : शरम वाटते अशा वेळी. हीच का आमची लोकशाही असं वाटतं. (घशात काही तरी अडकल्यासारखे होतात.)

**टी. टी.** : काय झालं?

**मुरार** : टेलिव्हिजनवर संदेशाचं भाषण सकाळी रेकॉर्ड केलं त्याची आठवण झाली. आपल्या लोकशाहीबद्दल खूप गौरवपर बोललोय मी त्यात. काय घेता, चहा, कॉफी?

**टी. टी.** : ..बस्स?

**मुरार** : (हसत) मग काय हवं?

**टी. टी.** : चहा-कॉफीवर आजचा दिवस सेलेब्रेट करणं खरं नव्हे, मुरारराव.

**मुरार** : हा सन्मान आहे त्यापेक्षा ही जबाबदारी आहे, असं मी माझ्या टी. व्ही. संदेशात म्हणालो आहे, टी. टी! डोक्यावर ओझं

आल्यासारखं वाटतं आहे. काम खरंच कठीण आहे.

**देसाई** : हे उगाच हं, साहेब, तुमचं. मॅन ऑफ द क्रायसिस-अवघड परिस्थितीतच चमकणारा माणूस-असंच तुमचं वर्णन करावं लागेल.

**टी. टी.** : देसाई, तुमची मस्कापॉलिसी लगेच झाली वाटतं जोरात सुरू?

**देसाई** : (हसत) ती तशी थांबलीच आहे कुठं? एकापेक्षा एक गुणी नेते मिळताहेत ना आम्हांला, काय करणार...

**मुरार** : बरं तर देसाई, या आता.

**देसाई** : (मुळीच लावून न घेता) हो तर, जरूर. येत जाईनच मी. बरं, टी. टी. (आतल्या दिशेला निघतो.) वहिनीसाहेबांचं एकदा अभिनंदन करून जातो आल्यासारखा... (आत गेलेला)

**टी. टी.** : (मुराररावांना) तुम्हांला सांगितलंच पाहिजे असं नाही, पण असल्या वावदूकांपासून सावध!

**मुरार** : सगळ्यांना मी ओळखून आहे, टी. टी. (हातात गुलाबाचे फूल चाळवत आहेत.)

**टी. टी.** : आज तसे तब्येतीत दिसत नाही पण तुम्ही. एक दिवस तरी या अधिकारपदाचा आनंद तुम्ही साजरा करायला हरकत नव्हती. फेरीवाल्यापासून आयुष्याला सुरुवात केलीत आणि आज मुख्यमंत्री झालात. त्यात ज्या धीमेपणानं, पायरी-पायरीनं आधीच्या सी. एम. ना तुम्ही एकटं पाडलंत आणि परवाचा निर्णायक उठाव तर फारच नेमका होता. त्यात तुमचा मधला पुनर्जन्म. हा दिवस पाहायला आज तुम्ही आहात हेच तुमचं केवढं भाग्य, मुरारराव! केवळ श्रेष्ठींचीच नाही तर ईश्वराचीसुद्धा कृपा आहे बरं का तुमच्यावर.

**मुरार** : होय, टी. टी., ईश्वराची आणि पंतप्रधानांची आमच्यावर कृपादृष्टी आहे यात काही शंका नाही. आज सकाळपासून मी जरासा बेचैन आहे.

**टी. टी.** : कशाबद्दल? पंतप्रधानांच्या कृपादृष्टीबद्दल? (खाजगी स्वरात) नवीन काय?

**मुरार** : ज्याच्यामुळं मी मुळात जगलो त्याला भेटावं, त्याच्यासाठी काही करावं, असं सकाळपासून फार वाटतं आहे...

**टी. टी.** : (विरस झाल्यासारखे) असं असं! म्हणजे तो तुमच्या आजारात तुम्हांला आपली किडनी देऊन जगवणारा? भेटा की त्याला. करा त्याच्यासाठी काही. आता सहज शक्य आहे तुम्हांला. ज्या ज्या कुणासाठी काही करावं वाटत असेल त्या सर्वांसाठी करण्याची वेळ चालून आली आहे.

**मुरार** : (जरा अपेक्षाभंग होऊन) पण तो कुठं आहे? तो सापडायला हवा आहे, टी. टी.! सर्वांसाठी नाही पण त्याच्यासाठी मी काही करणार आहे. (फोन वाजू लागतो. मुरारराव उत्सुकतेने जाऊन तो घेतात. रिसीव्हरमध्ये) येस? कोण?

**मोगरे** : (फोनवरून) मी मोगरे बोलतो, साहेब. लोकशाही वाचवा आघाडीचे काही कार्यकर्ते आले आहेत. आपला जाहीर सत्कार करू इच्छितात. देणगी आणि तारीख मागताहेत. भेटीला पाठवू?

**मुरार** : (रिसीव्हरमध्ये) बघू या. पार्टी मीटिंग आहे सातला. नंतर राज्यपालांकडे जाणार आहे. रात्री उशीरा वाटलं तर बोलवा त्यांना. आणि म्हणावं, आगाऊ देणगी मिळणार नाही. आगाऊ देणग्या घेऊन सत्कार न केल्याचे फार प्रकार घडले आहेत अलीकडे. हे एक प्रकारचं करप्शनच आहे. आपण त्याला उत्तेजन देता कामा नये.

**मोगरे** : (लाइनवर) बरं, साहेब. तसं सांगतो.

**मुरार** : (घाईने) ते अखेरचं सांगू नका. नाही तर कराल घोटाळा. (आतून देसाई येऊन एकदा पाठमोऱ्या मुराररावांकडे अभिवादनात्मक पाहून टी. टीं. कडे हसून बाहेर निघून जातो.)

(रिसीव्हरमध्ये) आणखी आय.जी.पी. बसाळ्यांना रिंग करून पुन्हा एकदा दम-आपलं, आठवण द्या, मोगरे. म्हणावं, कुठल्याही परिस्थितीत तो इथं यायला पाहिजे असं मी सांगितलं आहे. नाही तर रिटायरमेंट नक्की!

**मोगरे**   : (लाइनवर) सांगतो, साहेब. हो साहेब.

**मुरार**   : (रिसीव्हरमध्ये) आणखी वेगवेगळ्या खात्यातल्या सस्पेण्ड करायच्या अधिकाऱ्यांची यादी झाली का तयार?

**मोगरे**   : (लाइनवर) फार मोठी होतेय साहेब–

**मुरार**   : (रिसीव्हरमध्ये) अजून मोठी करा. नंतर वाटलं तर सर्वांना रिइन्स्टेट करू, पण आमचं अधिकारग्रहण गाजलं पाहिजे राज्यात!

(मागे मंजुळाबाई आलेल्या. टी. टी. हसून नमस्कार करतात.)

**मुरार**   : (रिसीव्हरमध्येच) आणि-हॅलो-रेडियोवर ती अनौन्समेन्ट झाली का, मोगरे?

**मोगरे**   : (लाइनवर) कुठली, साहेब? हां...हां...ती. ऐकायला वेळ कुठं होता? पण रेडियो आपलाच आहे. अनौन्समेन्ट होणारच. कालच व्यवस्था केली आहे...

**मंजुळा**  : अनौन्समेन्ट झाली.

(मुरारराव वळून बघतात. रिसीव्हर ठेवू लागतात.)

**मंजुळा**  : रिसीव्हर द्या जरा इकडे...मोगरेशी बोलायचं आहे मला... (रिसीव्हर घेऊन) मोगरे, त्या इंटिरिअर डेकोरेटरला बोलावून घ्या उद्या सकाळीच. मुख्यमंत्र्यांच्या बंगल्यात हालण्याआधी तिथलं सगळं फर्निचर बदलायला हवंय. आधीचं ते सगळं काढून टाकायचं. नवं हवं सगळं. (रिसीव्हर ठेवतात.) मी ऐकली अनौन्समेन्ट रेडियोवर.

**मुरार**   : काय सांगितलं?

**मंजुळा** : ए. एच. २७० या दुर्मिळ ब्लड-ग्रुपच्या सिंदकर नावाच्या गृहस्थांनी काही काळामागं एका मरणोन्मुख इसमाला आपली किडनी देऊन उपकृत केलं होतं. तो इसम आता त्या गृहस्थांना काही कामासाठी तातडीनं भेटू इच्छितो. असतील तिथून श्री. सिंदकर यांनी त्या इसमाशी लागलीच संपर्क साधावा. झालं तुमचं समाधान?

**मुरार** : यानं काय माझं समाधान होणार? तो भेटेल तर खरं....

**मंजुळा** : एवढे प्रयत्न चाललेयत तर भेटेल. नाही का हो टी. टी? ज्योतिष्याला बोलवून त्यालासुद्धा प्रश्न–कुंडली मांडायला लावली. तो म्हणाला, नक्की भेटेल. साधा नव्हे, राष्ट्रपतींची निवड आधी सांगणारा ज्योतिषी आहे तो.

**टी. टी.** : मग भेटेल की. न भेटण्याचं काहीच कारण नाही. अर्थात् किडनी देणारा तो इसम अस्तित्वातच नसला तर गोष्ट वेगळी.

**मुरार** : असणार.

**मंजुळा** : यांनी नुसता ध्यास घेतला आहे बघा कालपासनं त्याचा. रात्रभर तळमळत होते. पहाटे मला उठवून म्हणाले, त्याच्यामुळं मी हा दिवस बघतो आहे. वाटतं आहे की, सर्व त्याचं आहे. ही धडधडती छाती, हे शरीर, हे डोळे, जे दिसतं आहे, घडतं आहे ते सर्व त्याचंच आहे. म्हणत होते, मी तोच आहे. त्याच्या शरीराच्या एका भागानं हे सर्व शक्य केलं आहे. त्याच्या दानानं मी जगलो आहे...

**टी. टी.** : (आश्चर्यानं) काय मुरारराव? खरं की काय हे?

**मंजुळा** : त्याला महात्मा म्हणत होते.

**मुरार** : (काहीसे संकोचत) शब्द जरासा चुकीचा असेल. सवयीनं आला तोंडी. पण तसं काय खोटं आहे यात टी. टी.? (टेलिफोन वाजू लागतो. रिसीव्हरमध्ये) येस?

| | |
|---|---|
| **मोगरे** | : (लाइनवर) मी मोगरे, साहेब. रावसाहेब भेटीला आले आहेत. |
| **मुरार** | : (कडवट स्वरात) पाठवा. (रिसीव्हर ठेवून) आला अखेर. |
| **मंजुळा** | : कोण? रावसाहेब ना? आली शेवटी पीडा. |

(टी. टी. मजेने ही प्रतिक्रिया पहातात. रावसाहेब चांदीच्या मुठीच्या काठीसकट दरबारी पद्धतीने येऊन मुरारराव आणि मंजुळाबाईंना वाकून मुजरा करतात. मागून काळ्या चष्म्यातला एकजण येतो. कोपऱ्यात बसतो.)

| | |
|---|---|
| **रावसाहेब** | : रामराम मुरारराव साहेब, रामराम आईसाहेब. |
| **मुरार** | : बसा. |
| **रावसाहेब** | : (बसून) काय टी. टी., लगेच विरोधी पक्ष हजर, आं? (स्वतःच हसतात.) छान छान. निरोगी लोकशाहीच्या वाढीसाठी तो हवाच. |
| **मुरार** | : (नोकराला खुणावीत) अरे, त्यांना पेढे दे... (नोकर ताट घेऊन जवळ येऊ पाहतो त्याला परस्पर रावसाहेबांकडे पाठवीत) घ्या रावसाहेब, पेढे घ्या. |
| **रावसाहेब** | : घेऊ या की. पण आमचं तोंड पेढ्यांशिवायच गोड होऊन गेलं आहे, मुरारराव. लायक माणूस लायकीच्या जागी आला म्हणजे जिवाला कसं बरं वाटतं. शायर म्हणाला आहे... (एक शेर म्हणतात.) गुणांची कदर होते म्हटल्यावर व्यक्तिगत ग्रह आड येऊ देणारे आम्ही नाही. नाही, आमची-यांची (हे टी. टीं. ना) लाख स्पर्धा असेल. (शड्डू ठोकून) स्पर्धा अटीतटीनं लढू. पण ते कसं, कुस्तीसारखं. कुस्ती संपली की स्पर्धा संपली. लगेच प्रतिस्पर्ध्याच्या हातात हात मिळवून मोकळे होणारे आम्ही आहोत. माणसानं कसं खिलाडू असलं पाहिजे. एरवी राजकारण म्हणजे आहे काय? एक खेळीमेळीची कुस्ती. बास. |

(टी. टी. टाळ्या वाजवतात. रावसाहेब शायरी पद्धतीने पावती देतात.)

**टी. टी.** : वाक्य टाळीचं आहे, रावसाहेब. पण खरं नाही. फेरीवाल्यासारखा हलका धंदा केलेला सामान्य कुळीचा एक माणूस राज्याचा मुख्यमंत्री होतो हे मुळीच आवडलेलं नाही तुम्हांला.

**रावसाहेब** : (खिलाडूपणा एकदम सोडून) तुम्हांला तसं वाटणारच. आम्ही म्हणालो माणसाला दोन पाय असतात, तर तुम्ही तिथंही विरोधच करणार! तुम्ही म्हणणार, नाही, माणसाला चार पाय असतात! वर दोन पाय हेतुपुरस्सर लपवण्याचा आरोपसुद्धा आमच्या सत्तारूढ पक्षावर करून न्यायालयीन चौकशीची, किमान तहकुबीची तरी मागणी करणार. नाही तर सभात्याग!

**टी. टी.** : माणसाला एक पोट असतं आणि ते भरण्याची जबाबदारी शासनावर असते इतकं तुम्ही मान्य केलंत ना रावसाहेब, तरी खूप आहे. पायांचं राहू द्या.

**रावसाहेब** : (पोटावरून हात फिरवीत) माणसाचं पोट! हे तर तुम्हां डाव्यांचं भांडवल! बरोबरच आहे, त्यावर तुमची पोटं भरणार–

**टी. टी.** : आमची पोटं फार छोटी आहेत रावसाहेब. पोटं सत्तेवरच्यांची; ती खरी.

**मुरारराव** : (नवी जांभई दाबीत) जाऊ द्या टी. टी., जाऊ द्या रावसाहेब. वाद उद्यापासून घालायचेच आहेत.

**रावसाहेब** : वाद कसला आलाय्? अरे, थोडा काव्यशास्त्रविनोद, बस्स. मझा आहे आयुष्य म्हणजे. दो दिन का मेला. काय घेऊन जायचंय शेवटी बरोबर? शायर म्हणाला आहे, (शेर म्हणतात.) काय आईसाहेब?

**मंजुळा** : चहा घ्या.

**रावसाहेब** : नको. तोंड गोड झालंय पेढ्यानं. चहाचा मझा नाही येणार.

पुन्हा येऊ चहासाठी. निघू तर आम्ही? (उठतात. एकदम गंभीर होतात.) थोडं बोलावं असा उद्देश होता, संध्याकाळच्या पक्ष-सभेपूर्वी. पण आता ते नंतरच बोलावं झालं. (टी. टीं. कडे ओझरते पहातात.)

**टी. टी.** : (तत्परतेने उठत) मी निघतो हवा तर–

**मुरार** : कशाला... (रावसाहेबांना) या ना, आपण तसे तिकडे बोलू. या– (रावसाहेबांना घेऊन आत जातात.)

**रावसाहेब** : (जाता जाता टी. टीं. ना) माफ करा हां... बेअदबीचा उद्देश नव्हता... (दोघे आत गेलेले.)

**मंजुळा** : महा आतल्या गाठीचा आहे मेला. काय आणखी नवा खोडा घालतोय कोण जाणे.

**टी. टी.** : शायर म्हणाला नसला तरी यापुढं ही लफडी आणखीच वाढणार, मंजुळाबाई. मुराररावांना चैन नाही पडू देणार त्यांच्या अस्तनीतले हे उच्च कुळीचे 'शेर.'

**मंजुळा** : एकदा वाटतं, कुठून या फंदात पडले. भारी वाईट माणसं भेटतात, बघा. कुणाला झटकता पण येत नाही. मघा कुठला कोण तो देसाई... सरळ स्वयंपाकघरातच वहिनी-वहिनी करीत घुसला... म्हणाला, या बंगल्यात मी तुमच्या आधीपासून येतो आहे! कोडगा मेला

**टी. टी.** : यालाच लोकसंग्रह असं म्हणतात. राज्य करणाराला तो करावा लागतो. त्याच्या बायकोलासुद्धा. (हलक्या स्वरात) पण तो तिथं बसला आहे तो कोण आहे?

**मंजुळा** : कोण? (पहात, हलक्याच स्वरात) माहीत नाही. रावसाहेबांबरोबर आलाय ना? त्यांना लागतं असं कुणी बरोबर. त्याच्या सुभाषितांवर दाद द्यायला.

**टी. टी.** : (हलक्या स्वरात) म्हणजे त्यांची दाद ही?

**मंजुळा** : नाही तर कुणाची असणार?

**टी. टी.** : आणि आपण त्याच्यासमोर रावसाहेबांबद्दल...

**मंजुळा** : मी अजून बोलेन. मी काही कुठल्या पक्षाची की हायकमांडची बांधील नाही. माझी मी मुखत्यार आहे. मला काय कुणाची भीती आहे?

**टी. टी.** : तुम्ही मुख्यमंत्र्यांची पत्नी आहात यानंतर मंजुळाबाई. तुम्ही जपून असलं पाहिजे. तुम्ही बोलाल ते मुराररावांना चिकटवलं जाईल. कुणी सांगावं, तुमच्या एखाद्या गाफील वाक्यानं सरकारसुद्धा गडगडायचं!...

**मंजुळा** : (लाजून) चला.

(मुरारराव येतात.)

**मुरार** : काय झालं? एवढं काय लज्जास्पद बोललात तुम्ही टी. टी.?

**टी. टी.** : ते कुठं आहेत?

**मुरार** : कोण, रावसाहेब? तो गेला परस्पर. (मंजुळाबाईंना) आईसाहेबांना प्रणाम सांगा असा निरोप आहे!

**मंजुळा** : आईसाहेब?

**टी. टी.** : पुत्र असावा ऐसा गुंडा–

**मंजुळा** : चला! (मुराररावांना हलकेच) तो पाहिलात का, तो–

**मुरार** : (पाहत) कोण?

**मंजुळा** : रावसाहेबांबरोबर आला–

**टी. टी.** : त्याच्यामागूनच आला–मी पाहिलं.

**मुरार** : रावसाहेब आपला खुषमस्कऱ्या इथं विसरून गेला? हे शक्य नाही.

**मंजुळा** : मग आहे कोण तो?

(तो कोपऱ्यातला काळा चष्मेवाला इसम शांतपणे बसलेला.)

**मुरार** : (टेलिफोनकडे जात) मोगरेला विचारलं पाहिजे.

| | |
|---|---|
| मंजुळा | : मोगरे कशाला, त्यालाच सरळ विचारते की. (त्या इसमाच्या जवळ जाऊन घसा खाकरत) आपण– (तो इसम नाकावरच्या काळ्या चष्म्यातून ॲब्सेण्ट माइण्डेडली पाहतो आहे.) काही काम होतं मुख्यमंत्र्यांकडे? (तो नकारार्थी मान हालवतो.) |
| मंजुळा | : मग इथं कशाला आलात? रावसाहेबांबरोबर आलात? |
| इसम | : (उठत) कोण रावसाहेब? |
| मंजुळा | : मग एकटे आलात इथं? |
| इसम | : हो. |
| मंजुळा | : आणि काही काम नाही तुमचं? |
| इसम | : नाही. |
| मंजुळा | : मग इथं रिकामटेकड्या लोकांसाठी वेटिंगरूम वगैरे उघडल्याचं कळलं वाटतं तुम्हांला? |
| मुरार | : (टी. टीं. ना) आश्चर्य आहे. कामाशिवाय हा इथं मुळात शिरलाच कसा! (मोठ्याने) हे बघा, तुम्ही चला आधी इथून. लागलीच चला. निघता का बोलावू शिपायांना? चला आधी– |
| टी. टी. | : थांबा मुरारराव, त्याचं जरा प्रबोधन करणं आवश्यक आहे. (पुढे होत त्या इसमाला) इथं कोण राहतं आहे का माहीत? मुख्यमंत्री! मुख्यमंत्री म्हणजे कोण असतो, आहे माहीत? राज्याचा प्रमुख. प्रमुख म्हणजे फार कामातला माणूस असतो तो. |
| इसम | : (कंटाळल्यासारखा हात किंचित झाडून 'आहे ठाऊक' असे दर्शवतो.) |
| टी. टी. | : मग गृहस्था, आगंतुक इथं शिरून चक्क निरुद्योगी बसतोस? |
| इसम | : बोअर झालो, ठार. |
| टी. टी. | : हो का? ठार बोअर झालास? |
| इसम | : आपण पुन्हा नाही येणार. |
| मंजुळा | : कुणी निमंत्रण पाठवून बोलावलं होतं की काय इथं? |
| इसम | : होय. |

**टी. टी.** : होय? मुख्यमंत्र्यांनी तुला निमंत्रण पाठवलं? (मुराररावांना) आटा कमी दिसतोय. (त्याला) मग या तर आता.
(इसम नाकावर खाली आलेला काळा चष्मा वर करीत निघतो.)

**मुरार** : (साशंकपणे एकदम) थांबा; नाव काय तुमचं? खरं नाव सांगा–

**इसम** : कुणाचं? माझं? सिंदकर. भाऊ सिंदकर म्हणतात आपल्याला.

**मुरार** :
**मंजुळा** : } (एकदम) भाऊ सिकंदर?

**इसम** : काय झालं? आपलंच नाव आहे ते.

**मुरार** : जरा थांबा. (टी. टी. पहात आहेत. दोन पावले पुढे सरकून) मुख्यमंत्र्यांनी कशाकरता बोलावलं इथं तुम्हांला?

**इसम** : काय ठाऊक. त्यालाच ठाऊक. कामावर असताना कोण कोण एका जाहिरातीची चर्चा करत होते. तिच्यातलं नाव म्हणे माझंच होतं. मी माझी एक किडनी पण कुणाला दिली होती कधी तरी. तर ज्याला ती दिली त्याला लगेच भेटावं असं मला सांगितलं. किडनी दिली तो हल्ली कुठे असतो म्हणून इस्पितळाला फोन केला. त्यांनी हा पत्ता दिला.
(मंजुळाबाई आणि मुरारराव एकटक पाहत आहेत.)
कटतो आपण.

**मुरार** : (अनिश्चित मन:स्थितीत) किडनी दिली याला पुरावा?

**इसम** : पुरावा! (जवळ जातो. ड्रॅमॅटिकली शर्ट पॅण्टमधून उपसून पोटावरचा वण दाखवतो. मुरारराव कोणी चाकू उपसल्यासारखे हडबडलेले.) तुम्हांला काय वाटलं, खोटं बोलतोय आपण? (शर्ट पॅण्टमध्ये खुपसून दाराकडे जातो. जाताना) नक्कीच तो जो कोण तो हलकट असला पाहिजे. सालं काम नसताना जाहिराती देऊन बोलावतो. माझी अर्ध्या दिवसाची कमाई गेली.

| | |
|---|---|
| **मुरार** | : काय काम करता? |
| **इसम** | : वर्कशॉपमध्ये असतो. मेकॅनिकचं काम करतो आपण. |
| **मुरार** | : (मंजुळाबाईंना हलकेच) तोच असेल का हा? तुला काय आठवतं? |
| **मंजुळा** | : (हलकेच) तेव्हांचा चेहरा–काहीच सांगता नाही येत. त्यात काळा चष्मा–(तो बाहेर निघून गेलेला.) शी:! तोंडाला पण दर्प आला आत्ता दारूचा– |
| **मुरार** | : (घाईने टेलिफोन उचलून) मोगरे, आत्ता गेला त्या इसमाला जरा जाऊ देऊ नका. त्याला थांबवून धरा. (मंजुळाबाईंना) नीट आठवून बघ... मी तर त्याला पाहिला देखील नव्हता. फक्त वर्तमानपत्रातला फोटो, बेशुद्धावस्थेतला... शस्त्रक्रियेनंतरचा... तेवढा पाहिला एकदा नंतर. पण तू तर त्याला बघितला होतास... प्रत्यक्ष, शस्त्रक्रियेनंतर. |
| **मंजुळा** | : तो चेहरा वेगळा होता. पण... म्हणजे तो असा सुद्धा होता. काहीच सांगता नाही येत. फारच मामुली होता ना, चेहरा... त्यात तो तेव्हां बेशुद्ध होता. कपडेसुद्धा इस्पितळाचे होते. (फोन वाजतो. मुरारराव रिसीव्हर उचलतात.) |
| **मोगरे** | : (लाइनवर) त्याला थांबवला साहेब. पण थांबायला तयार नाही. जायचं म्हणतो. |
| **मुरार** | : पाच मिनिटं जरा थांबवून धरा. किडनी काढल्याची खूण तर नक्कीच आहे त्याच्या पोटावर. पुन्हा आडनाव तेच सांगितलं. |
| **मोगरे** | : (लाइनवर, हे ऐकत) साहेब– |
| **मुरार** | : नाही, तुम्हांला नाही. (रिसीव्हर ठेवतात.) |
| **मंजुळा** | : पण तोंडाचा दारूचा वास... |
| **टी. टी.** | : तुम्हांला किडनी देणारा तो हा की नाही, हाच प्रश्न आहे का मुरारराव? |

| | |
|---|---|
| मुरार | : हो. म्हणजे कदाचित् भलताच कुणी बतावणी करायचा आणि उगीच आयती भानगड मिळायची विरोधकांना. |
| टी. टी. | : पण तो तर मुळी तुमचा भाग आहे. तुम्हांला जीवदान करणारा! तुमची धडधडती छाती, तुमची दृष्टी, तुमचं सगळं जग, तुमचं अस्तित्व त्याचं असल्याचं मंजुळाबाईना आजच पहाटे सांगत होतात. आणि समोर आलेला तोच की आणखी कुणी हे तुम्हांला ओळखता येत नाही? काय हे मुरारराव? अं? तुमचा आत्मा वगैरे नाही का ग्वाही देत? की सत्ताधारी पक्षात तो गहाळ झाला? (राक्षसी हसतात.) |
| मुरार | : मस्करी नको, टी. टी.! अशा बाबतीत शंका फेडून घेतलेली नेहमीच बरी असते. राजकारणात कोण कधी काय डाव टाकील याचा नियम नसतो. <br>(पुन्हा फोन वाजतो. मुरारराव रिसीव्हर उचलतात.) |
| मोगरे | : (लाइनवर) साहेब– |
| मुरार | : (रिसीव्हरमध्ये) थांबा जरा... <br>(रिसीव्हर खाली ठेवून बेचैन फेरी मारतात.) |
| मंजुळा | : तेव्हां तो मेकॅनिक नव्हतासं आठवतं. |
| टी. टी. | : पण नंतर होणं शक्य आहे. एवढ्या काळात कुणी चीफ मिनिस्टर होतो; तर आणखी कुणी मेकॅनिक नाही होऊ शकणार? |
| मुरार | : काय करावं... खात्री कशी पटवून घ्यावी? |
| टी. टी. | : त्याला असाच लॉक-अपमध्ये डांबून पोलीस इन्क्वायरी ऑर्डर करावी. |
| मुरार | : (जरा रागाने) टी. टी.... <br>(फोन पुन्हा वाजू लागतो. थांबतो.) |
| टी. टी. | : मी सांगितलं तर ऐकणार मुरारराव? तो तोच असला पाहिजे- तुम्हांला विडीसारखी किडनी देऊन काही न मागता बेपत्ता होणारा. |

**मंजुळा** : पण त्याचा अवतार–त्याची प्यायलेली अवस्था–

**टी. टी.** : त्यामुळंच तर माझी पक्की खात्री पटली आहे. चांगल्या पोषाखातल्या चारित्र्यवान् माणसानं दिली असती विना-अपेक्षा आपली किडनी कुणाला? स्वत:च्या दोन किडनीजमधली एक देणं हे काय खिशातल्या दहा रुपयांतला एक देण्याइतकं साधं आहे, मंजुळाबाई? तो माणसाच्या जगण्यामरण्याचा सवाल आहे. कितीही मोबदला कुणी देऊ केला तरी सुसंस्कृत आणि विचारी माणूस तयार होणार नाही. मी नाही तयार होणार. आपण होऊन, कसलाही मोबदला न मागता, कुणासाठी तेही न विचारता, न जाणून घेता, एक माणूस आपली एक किडनी मॅडसारखा देऊन जातो– म्हणजे तो एकंदरीनं 'असलाच' असणार. हा, गेला असाच तो असणार, मुरारराव.

**मुरार** : असं म्हणता?

**टी. टी.** : आपल्याला तो पटला. मग तुम्ही त्याला घालवून लावा नाही तर ठेवून घ्या. विरोधकांचा सल्ला मानण्याची नाही तरी रीत कुठं आहे तुम्हां लोकांची? मी निघतो आता-निघतो मंजुळाबाई–

**मंजुळा** : थांबा टी. टी.; आल्यासारखे आता जेवूनच चला झालं–

**टी. टी.** : सॉरी. जेवायला नाही म्हणणं आपल्याला केव्हांही जड जातं; पण पक्षाच्या कार्यकारिणीची मीटिंग आहे. निवडणुकीतल्या आमच्या पराभवाची शव-चिकित्सा करायची आहे ना! तुम्ही निवडणुका जिंकायच्या आणि आम्ही नव्या पराभवाची शव-चिकित्सा करायची, वाटणीच ठरली आहे. जायला हवं मला. पुन्हा एकदा बेस्ट विशेस. भेटू उद्या असेंब्लीत. उद्यापुरती आम्हीसुद्धा तुमच्या स्वागतार्थ बाकं बडवणार आहोत.

(जातात. टेलिफोन शांत.)

**मुरार** : (बसलेले. मंजुळाबाईंना) तुला काय वाटतं?

| | |
|---|---|
| **मंजुळा** | : माझं काय? तुम्हांला काय वाटतं ते महत्त्वाचं आहे. |
| **मुरार** | : (संथपणे उठतात. टेलिफोनकडे जातात. रिसीव्हर उचलतात.) |
| **मोगरे** | : (लाइनवर) साहेब, आता शांत आहे तो. गुंगीत असल्यासारखा वाटतोय. |
| **मुरार** | : गुंगीत? |
| **मोगरे** | : (लाइनवर) होय साहेब. मला वाटतं इथं मघा त्याला आडवलं होतं तेव्हां काही तरी तोंडात टाकलं त्यानं. कसली गोळी असावी. नंतर तो एकदम गप्पच झाला. |
| **मंजुळा** | : काय म्हणतो मोगरे? कसली गुंगी? |
| **मुरार** | : कसली नाही. (फोनमध्ये) मोगरे, त्याला इथं पाठवा. |
| **मोगरे** | : (लाइनवर) साहेब– (किंचित् वेळ घेऊन) हो, साहेब. (मुरारराव फोन ठेवतात.) |
| **मंजुळा** | : कसली गुंगी? काय म्हणत होता मोगरे? |
| **मुरार** | : (बेचैन) काही नाही म्हटलं तर. (एक पोलीस त्या इसमाला धरून घेऊन येतो. तो इसम स्वत:ला सावरूही शकत नाही. डोळ्यांचा काळा चष्मा आता नाकाच्या शेंड्यापर्यंत ओघळला आहे.) |
| **मंजुळा** | : (उद्वेगाने, काळजीने) काय हे! |
| **पोलीस** | : पट्टीचा अफीमबाज दिसतोय साला... (जीभ चावून मुराररावांना) चुकलो सरकार. (मुरारराव इसमाकडे पाहत आहेत एकटक. जवळ जातात. पाहत राहतात त्याची गुंगीतली अवस्था. त्याची मानही त्याला सावरता येत नाही. मुरारराव एकटक त्याला पाहत आहेत.) |
| **मुरार** | : सिंदकर... (त्याचा रिस्पॉन्स नाही. त्याचे लोंबणारे मस्तक हनुवटीच्या आधारे वर धरीत) सिंदकर... (पोलीस नवलाने हे पाहतो आहे. मुरारराव हळुवारपणे त्याचा काळा चष्मा काढून |

त्याच्या खिशात भरतात. स्वर भावनेने भरलेला.) सिंदकर...
(स्वतःला आवरताहेत) सिंद...कर... काय हे सिंदकर... अं?

मंजुळा    : घेऊन जाऊ दे त्याला–

मुरार    : नको. (पोलिसाला) त्याला गेस्ट-रूममध्ये ने आणि नीट झोपव.

पोलीस    : सरकार...

मुरार    : सांगतो त्याची तामिली कर. गेस्ट-रूममध्ये नेऊन नीट झोपव
आणि गाडी पाठवून डॉक्टरांना बोलावून घ्यायला सांग मोगरेला.

पोलीस    : हो, सरकार. (नेऊ लागतो.) पण गेस्ट-रूममध्ये उपासनेसाहेब
आहेत. सकाळला जाणार आहेत...

मुरार    : (आठवत) उपासने...

मंजुळा    : ते नाहीत का... तुमची निवड व्हावी म्हणून अखंड नामसप्ताह
चालवलेले...

मुरार    : मग बेड-रूममध्ये ठेवा याला आमच्या...

मंजुळा    : अंऽ?

मुरार    : (तोल जाऊन पोलिसाला) बघतोस काय गाढवा? ऐकू येत
नाही? (सावरून) कुणी तरी थांबा तिथं. आणि हे बघ, त्याचे
खिसे नीट चाचपून आणखी गोळ्या असल्या तर काढून घ्या–
(मंजुळाबाई निग्रहाने गप्प. पोलीस इसमाला धरून घेऊन
जातो.)

मंजुळा    : आपल्या बेड-रूममध्ये ठेवणार त्याला–असल्या अवस्थेत...

मुरार    : (स्वतःच्याच तंद्रीत) हो. (सावकाश) आमच्याप्रमाणे सर्व व्यवस्था
झाली पाहिजे त्याची इथं.

मंजुळा    : (धक्का बसून) काय...

मुरार    : (सावकाश, तंद्रीत, भावनाभरल्या स्वरात) हा मुख्यमंत्र्यांचा
हुकूम आहे. (भान येऊन) कसं समजत नाही तुम्हांला की...

मंजुळा    : समजलं. आता स्वस्थ व्हा पाहू जरा. थकला आहात किती... पुन्हा

संध्याकाळला पार्टी-मीटिंग आहे, रात्री राज्यपालांशी भेट आहे...

**मुरार** : (शांतपणे) आज त्यांतलं काही करणार नाही मी.

**मंजुळा** : काय म्हणालात?

**मुरार** : मंजुळा, मुख्यमंत्री झालो म्हणजे काय हाडामांसाचा माणूस म्हणून लगेच संपलोच की काय मी?

**मंजुळा** : म्हणजे काय?

**मुरार** : आज तरी यानंतर आता माझं लक्ष दुसऱ्या कुठल्या गोष्टीत लागणार नाही...

**मंजुळा** : मग काय करायचं मनात आहे?

**मुरार** : त्याच्यापाशी असणार आहे मी–तो-माझ्या आयुष्याचा भागीदार-मला जीवन देणारा...

**मंजुळा** : (बोलायचे आहे ते आवरून) बरं. तसं करा. सुदाम भावजींना रात्री जेवायला बोलावतेय मी. पार्टी मीटिंग इथेच बोलवायला सांगते.

**मुरार** : (आग्रहाने) नाही–पार्टी मीटिंग इथं होणार नाही.

**मंजुळा** : आज पार्टी मीटिंगला तुम्ही असायला हवं. अहो असं काय करता? मंत्रिमंडळाची यादी मंजूर करून घ्यायची आहे ना? पुन्हा उद्या सकाळीच यादी घेऊन दिल्लीला जाणार आहात...

**मुरार** : मंजुळे, मी आज पार्टी मीटिंगला जाणार नाही.

**मंजुळा** : पण मग-परस्परच यादी दिल्लीला-

**मुरार** : दिल्लीला उद्या दुपारी निघेन–सकाळी पार्टी मीटिंग होईल.

**मंजुळा** : (निःश्वास सोडून) बरं, तसं कळवते सुदाम भावजींना. आणखी कुणाला जेवायला बोलवायचं? सकाळी म्हणत होतात–

**मुरार** : कुणालाच नको.

(मंजुळाबाई जातात आत निघून. मुरारराव एकटेच तंद्रीत. पाहता पाहता उजळत जातात. गुणगुणू लागतात स्वतःशी. टेबलाशी

जाऊन बसतात.)

**मुरार** : (रिसीव्हर उचलतात.) कोण? मोगरे?

**मोगरे** : (लाइनवर) होय, साहेब. झोपवला बेड-रूममध्ये. गाडी पाठवली डॉक्टरना.

**मुरार** : (उजळलेल्या स्वरात) माणूस ठेवलाय ना?

**मोगरे** : होय साहेब.

**मुरार** : नाही तर बघा– पुन्हा पळून जाईल– (रिसीव्हर पिनवर ठेवतात. पुन्हा तो उचलून) मोगरे-

**मोगरे** : (लाइनवर) काय साहेब?

**मुरार** : राज्यपालांची रात्रीची अपॉइंटमेण्ट रद्द करून टाकायची. (लाइनवर मोगरे स्तब्ध.) ऐकताय ना?
संध्याकाळच्या पार्टी मीटिंगला मी हजर राहणार नाही आहे. त्या लोकांना तसं कळवून टाका.

**मोगरे** : पण साहेब–गैरसमज होण्याची शक्यता–

**मुरार** : (उजळ स्वरातच) तुम्ही दूर करायला जा गैरसमज. आजचे सर्व कार्यक्रम रद्द. उद्या सकाळऐवजी दुपारी आम्ही दिल्लीकडे निघू. (रिसीव्हर ठेवतात. राष्ट्रीय पोषाखापैकी कोट काढून सोफ्यावर फेकतात. पुन्हा काही सुचून रिसीव्हर उचलतात.) मोगरे–

**मोगरे** : (लाइनवर) साहेब.

**मुरार** : आय. जी. पी. बसाळे द्या बरं जरा.
(रिसीव्हर ठेवतात. किंचित्कालाने फोन वाजतो. रिसीव्हर उचलतात.)

**मोगरे** : (लाइनवर) आय. जी. पी. साहेब बोलतात, साहेब.

**मुरार** : (एकीकडे शर्टाच्या बाह्या वर करीत रिसीव्हरमध्ये) कोण? बसाळे? सापडला का आमचा माणूस? अद्याप नाही? वाटलंच होतं. शोध

जारी आहे? बसा शोधत जगाच्या अंतापर्यंत, बसाळे. तुम्हांला सापडणारच नाही तो. शक्यच नाही! मी सांगतो, जगातलं पाचव्या क्रमांकाचं कार्यतत्पर गुप्त पोलीस खातं ना तुमचं! पैज मारता पैज? शक्य नाही! शक्य नाही कारण तो तुम्हांला सापडणंच शक्य नाही. घ्या, शोध घ्या, शोध घेत राहा. जोरात चालू द्या. नाही नाही, इथं यायची गरज नाही. अगदी नका येऊ. नकोच. बरं. (रिसीव्हर ठेवतात. बोटांनी टेबल वाजवतात कसल्या तरी तंद्रीत. मग उठतात आणि आतल्या दिशेने निघून जातात.)

क्रमशः अंधार. आता पांढरा पडदा उजळतो. टेलिव्हिजनवर अनौन्सर अनौन्समेंट करते: 'आता राज्याचे नवे मुख्यमंत्री राज्यातील नागरिकांना उद्देशून संदेश देतील. हा संदेश आम्ही आधीच आमच्या स्टुडियोत खास टेलिव्हिजनसाठी चित्रित केलेला आहे.' नंतर मुख्यमंत्री मुराररावांचे भाषण ऐकू येते आणि दिसते.

'मित्रहो, आपल्या राज्याच्या मुख्यमंत्रिपदाची धुरा माझ्यासारख्या सामान्य सेवकाच्या हाती देऊन माझ्या पक्षाने आणि आपल्या सर्वांच्या लाडक्या पंतप्रधानांनी माझ्यावर आज फार मोठी जबाबदारी टाकली आहे असं मी समजतो. या राज्याची राज्यकारभाराची महान् परंपरा, माझ्या आधीच्या मुख्यमंत्र्यांची कर्तबगार आणि लोकहितदक्ष कारकीर्द, आणि राज्यापुढील आजचे प्रश्न, यांची जाणीव ठेवून पाहता, माझ्यासारख्या सामान्य कार्यकर्त्याची मुख्यमंत्रीपदी नियुक्ती हा सन्मान आहे त्यापेक्षा ते एक आव्हान आहे असं मी मानतो.

'आज आपला देश एका कसोटीच्या काळातून जात आहे. बाहेरून तसंच आतून अनेक प्रकारचे धोके दबा धरून बसले आहेत.

नैसर्गिक अरिष्टांनी विकासाच्या घोडदौडीत गेल्या काही काळात वारंवार अडथळे निर्माण केले आणि कमरा कसून त्यांच्याशी मुकाबला करीत आपल्याला आपला रस्ता साफ करून घ्यावा लागला. अभिमानाची गोष्ट म्हणजे, आपलं राज्य या बाबतीत नेहमीच आघाडीवर राहिलं. अवर्षण आलं, दुष्काळ आला, देशाच्या इतिहासात अभूतपूर्व अशी टंचाई आणि महागाई आपण पाहिली. पण आपण डगमगलो नाही. देश जगेल तर राज्य जगेल हे सूत्र ध्यानात ठेवून आपण सर्व प्रकारच्या हालअपेष्टा सहन केल्या आणि आपल्या लाडक्या पंतप्रधानांना साथ दिली. ही गोष्ट या राज्याच्या जनतेला एकंदरीने भूषणावह आहे.

'आजही राज्यापुढे अनेक गंभीर स्वरूपाचे प्रश्न आहेत. उत्पादनात अपेक्षित वाढ नाही; त्यामुळे टंचाई आहे. बेकारी आहे. महागाई आहे. लोकसंख्येतील वाढ देखील अपेक्षित प्रमाणात रोखण्यात अद्याप यावं तसं यश आलेलं नाही. साक्षरतेच्या बाबतीत मात्र या राज्याने केलेली प्रगती केवळ अभिमानास्पद आहे असं म्हटलं पाहिजे. संप, हरताळासारख्या मार्गांनी उत्पादनात घट आल्याने अखेरी राज्याच्या परिस्थितीवर त्याचा प्रतिकूल परिणामच होत असतो याची जागृत जाणीव असावी तितकी अद्याप दिसत नाही, हेही खेदपूर्वक नमूद केलं पाहिजे.

'तथापि चिंता करण्याचं कोणतंही कारण नाही. अखेर या राज्यातले नागरिक हे विचारी आणि सुबुद्ध आहेत आणि एकत्रित प्रयत्नांच्या बळावर आपलं राज्य विकासाच्या बाबतीत देशात लवकरच आघाडीवर राहील अशी आशा करण्यात मला मुळीच संकोच वाटत नाही.

'आजच्या या दिनी, आपणा सर्वांच्या शुभेच्छा माझ्यापाठी सदैव राहोत अशी इच्छा मी अत्यंत नम्रपणे करतो. राज्यातील

दुष्काळपीडित भागांना आणि मागास जातींना सर्वतोपरी साहाय्य करण्याचं आश्वासन मी देतो. रोजगारात वाढ, महागाईला पायबंद, सर्व जीवनाश्यक वस्तूंची उपलब्धी, मोफत शिक्षण, या गोष्टींसाठी मी काया-वाचा-मने झटेन असं मी वचन देतो. परिस्थिती बिकट आहेच. परंतू ती तशी असली तरी आपणा सर्वांच्या सहकार्याने तिच्यावर मात करून जो जे वांच्छील ते तो लाहो ही संत ज्ञानेश्वरमहाराजांची उक्ती सार्थ करता येईल, अशी उमेद आज मला वाटत आहे.
जय हिंद! जय स्वराज्य!'
भाषण संपते.
उजेड होतो.
मुरारराव, मंजुळाबाई, सुदाम पाटील टेलिव्हिजन पाहत आहेत. मंजुळाबाई टेलिव्हिजन स्विच ऑफ करतात.)

**सुदाम** : गुड परफॉर्मन्स. रिअली गुड. तुम्हांला कसा वाटला, वहिनी?

**मंजुळा** : तसा बरा होता, पण...

**सुदाम** : पण काय?

**मंजुळा** : काही नाही, हे आताशी उगीच जरा जास्तच पोक्त दिसण्याचा प्रयत्न करतात, सुदामभावजी.

**सुदाम** : ते कसे काय?

**मंजुळा** : आता हेच बघा ना. मंत्रिमंडळात घेतलं तेव्हांपासून मी सांगते आहे, केसांना कलप लावीत जा म्हणून. पण ऐकतील तर शपथ. तेव्हां तर नुसते असे मधलेच थोडे केस पिकले होते. तेव्हांपास्न सुरुवात केल्यानी असती, तर...

**सुदाम** : हे बाकी खरं हं साहेब...आज तुम्ही भलतेच तरुण दिसला असतात. पण वहिनी, तुम्हांला असं नाही का वाटत, की राजकारणात काळ्यांपेक्षा पांढऱ्यांनाच फार महत्त्व आहे म्हणून?

मी राजकारणात आलो तेव्हांपासून ऐकतो आहे वडील मंडळींच्या तोंडून... 'जास्त सांगू नका, आम्हांला सगळं कळतं. काळ्याचे पांढरे झालेत म्हटलं राजकारणात'... एवढं म्हटलं की संपलं, आर्ग्युमेंटच संपलं. तरुण मंडळींनी हाच घरोघरी जाण्याचा आदेश समजायचा. आत्ता पार्टी मीटिंगमध्ये हीच भाषा झाली. एकानं तर टोपीबाहेर पाचुंदाभर केस ओढून दाखवले–काळ्याचे पांढरे झालेले!

**मंजुळा** : ते पांढरे केस काही प्रत्यक्षच असायला नकोत, भावजी. त्या रावसाहेबांचे केस कुठे पांढरे दिसतात? अगदी घासून घासून कलप लावीत असला पाहिजे मेला रोज.

**सुदाम** : हां, त्याचं कारण, केवळ राजकारण एवढंच रावसाहेबांचं कार्यक्षेत्र नाही, वहिनी. ते चित्रपट आणि तमाशासृष्टीतही असतात.

**मंजुळा** : असतो म्हणजे काय करतो? बाया शोधीत फिरतो.

**सुदाम** : हे मी ऐकलेले नाही हां. आपल्या कानी सात खडे. पण आपल्या साहेबांचं थोडंच तसं आहे? त्यांना काय करायचं आहे पांढऱ्याचे पुन्हा काळे करून?

**मंजुळा** : सगळ्या गोष्टी काय फक्त गावावरच्या लोकांसाठीच करायच्या असतात भावजी? स्वतःच्या बायकोसाठी काहीच करायचं नसतं?

**सुदाम** : पण वहिनी, बायकोला माहीतच असणार की–आपल्या नवऱ्याचा– सॉरी, नवऱ्याच्या केसांचा खरा रंग.

**मंजुळा** : तरीही बायकोला वाटतं की आपला नवरा लोकांना तरुणच दिसावा. काय म्हणणं आहे यावर तुमचं?

**मुरार** : तू काय ऐकतोस तिचं... भाषणाच्या मुद्द्यांबद्दल सांग. काय काय आक्षेप येण्याची शक्यता आहे त्यांवर पक्षात? पक्षाबाहेरची तशी काळजी मला नाही. शत्रूपेक्षा घरभेद्यांचा धोका जास्त आहे आपल्याला.

**सुदाम** : मला वाटत नाही कुणी काही म्हणेल त्या भाषणाबद्दल. गुंतागुंतीचे सगळे मुद्दे व्यवस्थितपणे टाळले होते त्यात...

**मुरार** : हे तुझं मत देतोयस तू?

**सुदाम** : छे छे. फक्त वर्णन करतोय. एरवी भाषण उत्कृष्टच होतं. आणि संदेशाच्या आजच्या भाषणापेक्षा नव्या मंत्रिमंडळाच्या उद्याच्या घोषणेकडेच लक्ष असणार बहुतेकांचं...पार्टी मीटिंगमध्ये तेवढाच विषय होता. त्यात तुम्ही मीटिंगला येत नाही म्हटल्यावर तर्ककुर्तकांना नुसता ऊत आला.

**मुरार** : तुझं? तुझं आहे की नाही लक्ष मंत्रिमंडळाच्या घोषणेकडे?

**सुदाम** : खोटं कशाला सांगू? आहे. मतदारसंघात एका रात्रीत किंमत उतरेल माझी, मंत्री नाही राहिलो तर. सगळ्या कामावर पाणी पडेल. म्हणजे मुळातच मंत्री झालो नसतो तर गोष्ट वेगळी. पण एकदा होऊन आता ड्रॉप झालो तर तर्कांना ऊत येणार. काय भानगड झाली? स्मगलिंगशी थेट संबंध लावतील किंवा एखाद्या सरकारविरोधी चळवळीशी लागेबांधे असल्याची कुजबूज सुरू होईल.

**मुरार** : तुला ड्रॉपच करतोय मी.

**सुदाम** : जशी तुमची मर्जी. (एकदम तोंड एवढेसे झालेले.)

**मुरार** : नाही रे बाबा, तुझ्यावाचून काय चालणार माझं? तुझ्या जिवावर तर ही जबाबदारी शिरावर घेतलीय, सुदाम.

**सुदाम** : (खुलून) मंत्री नाही केलात तरी मी तुमची साथ करीत राहीनच.

**मुरार** : उगीच जास्त परीक्षा कशाला घ्या तुझ्या निष्ठेची, म्हणून घेतला झालं लिस्टात.

**सुदाम** : थँक्यू! (फुललेला.) दर्जा पुन्हा राज्यमंत्र्याचाच की...

**मुरार** : फुलफ्लेज्ड मंत्री करतोय तुला. वरून विरोध होणार नाही असं वाटतंय. यावेळी तुमच्या विभागाला प्रतिनिधित्व द्यावं अशी हवा होतीच दिल्लीत.

**सुदाम** : खरं सांगू? मी आपलं मानलं, ज्या अर्थी मला जेवायला बोलावलंत

त्या अर्थी नव्या मंत्रिमंडळात माझा समावेश झाला असला पाहिजे
म्हणून. (भारावलेला.) आता ही वाढलेली जबाबदारी पेलण्याचं
बळ मला मिळो म्हणजे झालं.

मुरार : तुझ्या मतदारसंघातल्या सत्काराचं भाषण इथेच करू नकोस.
(पोलीस आलेला.)

पोलीस : तो उठला सरकार.

मुरार : बरं झालं. त्याला घेऊन ये जा इकडे.

पोलीस : जी... (जातो.)

मुरार : तुला तो पाहायचा होता ना सुदाम? उठला तो आता. येतोच
आहे इथं.

मंजुळा : यांचं नवं अर्धांग!

मुरार : (जरा इरिटेट होऊन) मंजुळा!

मंजुळा : खोटं आहे का? डॉक्टर बोलवल्यानी लगेच...

सुदाम : डॉक्टर? तो कशाला?

मुरार : अरे शुद्धीत नव्हता. कसली गोळी घेतलीन असं मोगरे म्हणाला-
म्हटलं खबरदारी घेतलेली बरी.

मंजुळा : गोळी अफूची होती.

मुरार : (जरा रागाने) असू दे.
(पुढे सिंदकर, मागून पोलीस येतात. सिंदकरचा चेहरा पूर्ण
एक्स्प्रेशनलेस.)

पोलीस : ए, थोप. उभा राहा गुमान.
(सिंदकर चालतच राहतो. शेवटी त्याला बाजूच्या खुर्चीचा अडसर
लावून कसाबसा पोलीस रोखतो.)

मुरार : जा तू. (पोलीस जातो.) सिंदकर... (तो कोरा.) कसं काय
वाटतं आता सिंदकर?
(सिंदकर खुर्चींआडून वाट काढीत चालण्याचा प्रयत्न करीत

काहीतरी शोधतो आहे जमिनीवर.)

**मुरार** : (हळवा स्वर) काय झालं? काही हवं आहे का?

**सिंदकर** : (शोधत) वहाणा... माझ्या वहाणा...

**मुरार** : वहाणा... त्या बाहेर असतील, नाहीतर वर, बेडरूममध्ये...
(सिंदकर हे न बोलले गेल्याप्रमाणे शोधत पुढे जातो. भिंतीवर
आदळतो. त्याची वेदनाही त्याला जाणवत नसावी.)

**मुरार** : (वेदनेने) अरे अरे! (जाऊन त्याचे कपाळ चोळू बघतात.)

**सिंदकर** : (याचेही भान नाही) कुणी घेतल्या? माझ्या...वहाणा...

**मंजुळा** : वहाणा कोण घेईल?

**सिंदकर** : (हे न ऐकल्याप्रमाणे, कोऱ्या चेहऱ्याने) वहाणा...माझ्या...

**मुरार** : वहाणा मिळतील नंतर, सिंदकर. सध्या बसा. बैस असा.
(त्याला हलकेच धरून बसवतात.) देवासारखा बैस बरं.

**सिंदकर** : (लगेच उठत) पण माझ्या...वहाणा...त्या हव्या होत्या... (चालू
लागतो. वाटेतल्या सुदामला) बरं नव्हे...वहाणा दडवल्या माझ्या.

**सुदाम** : कुणी दडवल्या?

**सिंदकर** : आणखी मलाच विचारा. (चालत राहतो सुन्नपणे.) दार कुठे
गेलं, दार...जातो, वहाणांशिवाय–वहाणा लपवल्या...दार पण
लपवलं?

**मुरार** : कुणी काही लपवलं नाही. आधी असा बैस बरं, सिंदकर.
(त्याला बसवण्याचा प्रयत्न करतात.) देवासारखा बैस बरं,
सिंदकर. (त्याला बसवण्याचा प्रयत्न करतात.) देवासारखा
बैस. हलायचं नाही.

**सिंदकर** : (उठत) कशाला पण? बाहेर जायचंय...

**मुरार** : आता जेवूनच कुठे तो जा.

**सिंदकर** : वहाणा?...

**मंजुळा** : त्याच्या आपल्या वहाणा द्या एकदा शोधून हातात!

| | |
|---|---|
| **मुरार** | : (मंजुळाबाईंना नजरेने गप्प करून) सिंदकर, आमची अशी इच्छा आहे... फार मनापासून इच्छा आहे...की तू आज इयं जेवायला आमच्याबरोबर थांबावंस. |
| **सिंदकर** | : वहाणा– |
| **मुरार** | : वहाणा मिळतील, नव्या देऊ वाटलं तर...वहाणांना काय तोटा? पण आज आहेसच तर आता जेवायला थांब. आजच्या दिवसाच्या आमच्या आनंदात भर पडेल. आम्हांला बरं वाटेल. (मंजुळाबाईंना) गरम कॉफी करून आणा तेवढी- (त्या जातात. आता सिंदकर ब्लँक उभा.) थांबणार ना सिंदकर? |
| **सिंदकर** | : च्याआयला- |
| **मुरार** | : काय झालं? |
| | (सिंदकर डोक्यावर थापट्या मारून घेतो.) |
| **मुरार** | : कॉफी घे कॉफी. त्यानं जरा तरतरी येईल. (सुदामला) ड्रगच्या अमलाखाली आहे. |
| | (सिंदकर उठून पुन्हा चालू लागतो. अडवू बघतात तरी ट्रान्समध्ये असल्याप्रमाणे चालतच राहतो.) |
| **मुरार** | : (फरफटल्यासारखे बरोबर चालत) सिंदकर, सिंदकर, थांब... कुठे निघालास? |
| **सिंदकर** | : कामावर-कामावर जातो- (चालतच राहतो.) |
| **मुरार** | : (आवरत नाही तशी) सुदाम... |
| | (सुदाम जाऊन सिंदकरला धरतो.) |
| **सिंदकर** | : अरे सोडा मला... अरे सोडा...(अनावर व्हायला बघतो आहे. मुद्रा ब्लँक.) |
| **मुरार** | : नाही, सिंदकर, तू असा जाऊ शकत नाहीस... सुदाम, धरून ठेव त्याला-धर...(बेल वाजवतात. सिंदकर थांबलेला. पोलीस आलेला; त्याला) काही नाही, जा... |

(पोलीस किंचित खांदे उडवून जातो.)

**सुदाम** : साहेब, असा किती वेळ धरून ठेवणार याला? जाऊ दे ना कुठे जायचं तिकडं...

**मुरार** : नाही, मुळीच नाही! (सुदाम चमकून बघू लागतो.) म्हणजे इतक्यात नाही. कॉफी येतेय. तुला माहीत नाही सुदाम, हा असा कुठे जाईल? वेळ रात्रीची– याची अवस्था अशी... कसली शुद्ध नाही– पुन्हा पोटात काही नाही– आणि आपण जेवणार...

(सुदाम पाहतो आहे मुराररावांकडे. एव्हांना सिंदकर पलीकडे पाठमोरा तुमानीची बटने काढण्याचा प्रयत्न करतो आहे.)

**मुरार** : काय झालं सिंदकर?

(घाईने घंटा मारतात. पोलीस पुन्हा येतो.)

लौकर बाथरूमला नेऊन आण त्याला... जा... पळ...

**पोलीस** : (सिंदकरला) चल ए–

**मुरार** : (तोल जाऊन) गाढवा, त्याला स्वत:ला जाता येत असतं तर तुला कशाला हाक मारली असती? एवढी अक्कल नाही? महामूर्ख कुठचा. नीट ने धरून. घाई कर- (पोलीस बळेच सिंदकरला धरून आत नेतो.) जप त्याला-कुठे जायला बघेल-आपटेल-नीट इथेच परत आण-हलगर्जीपणा करू नकोस-

(सिंदकर व पोलीस आत गेलेले.)

(सुदामला) ड्रग्जमुळे वाया जातोय बघ. कसली तब्बेत झालीय! खातपीत नसणारच वेळेवर. तुला सांगतो, हा असा लौकर मरेल.

**सुदाम** : मला विचाराल तर याला वाचवण्याचा प्रयत्न फुकट आहे साहेब-

**मुरार** : मी तो प्रयत्न करणार आहे सुदाम. तुला आश्चर्य वाटेल. तुला वाटेल मला वेड लागलंय, राज्याच्या जबाबदारीत मी ही आणखी जबाबदारी घेतो म्हणतो म्हणून. पण तसं नाही. या माणसामुळे मी जगलो आहे ना. यानं मला तेव्हा त्यांची किडनी दिली म्हणून मी

आहे. आणि उलट काही मागितलं नाही. लक्षात घे. काहीच नाही. सरळ आपला निघून गेला. आणि आता मी त्याला खुशाल मरू देऊ? मी त्याला असा सोडून देऊ? सुदाम, हे कसं शक्य आहे? (भारावल्या स्वरात) माणुसकी नावाचं शेवटी काही आहे का नाही? माझ्या पोटात मी त्याचा जिवंत भाग वागवतो आहे... मी न् तो जोडले गेलो आहोत...

(मंजुळाबाई कॉफी घेऊन आलेल्या.)

**मंजुळा** : कुठे आहे-तुमचा?

**मुरार** : यायला हवा होता एवढ्यात... (व्यग्रपणे बेल वाजवतात. पोलीस येतो.) कुठे आहे रे तो?

**पोलीस** : (घुटमळत) आहे...

**मुरार** : आणा लौकर त्याला इकडे...

**पोलीस** : कपडे बदलतात त्याचे...

**मुरार** : ते का?

**पोलीस** : (संकोचत) कपड्यात... केली त्याने...

**सुदाम** : काय!

**मंजुळा** : शी! कुठे!

**पोलीस** : (मंजुळाबाईंना) बाहेरच... कारपेटवर...

**मंजुळा** : कारपेटवर!

**मुरार** : कमाल आहे! (स्वर बदलून मंजुळाबाईंना) असू दे. नाहीतरी आता हा फ्लॅट सोडणारच आहोत आपण... तिकडे नव्या कारपेट्स असतील...

**मंजुळा** : म्हणून काय झालं? (पोलिसाला) आणि तुम्ही काय करीत होतात रे सगळे?

**पोलीस** : आम्ही... काय करणार... काय शुधबुधच नाही त्याला...

**मंजुळा** : त्याला लाख नसेल, पण तुम्हांला आहे ना?

**सुदाम** : तुम्ही त्रास करून घेऊ नका, वहिनी, मी जाऊन बघतो काय ते. (जाऊ लागतो.)

**मुरार** : थांब तू. (स्वत: आत जातात. मंजुळाबाई वैतागलेल्या.)

**सुदाम** : विलक्षण आहे!

**मंजुळा** : तुम्हीच सांगा म्हणजे झालं, कसं आणि काय करायचं ते.

**सुदाम** : साहेब म्हणजे कसे रोखठोक माणूस... भावनेच्या आहारी कधी न जाणारे... मंत्री असताना एवढा मोठा करप्शनचा आरोप गतवर्षी आला, 'राजीनामा द्या' म्हणून विरोधकांनी गिल्ला चालवला होता. साहेब अन्नमंत्री असता दुष्काळाच्या खिंडीत गाठून विरोधकांनी निदर्शनं आणि घेरावचा नुसता कहर उडवला. दुसऱ्या तिसऱ्यानं सरळ खुर्ची खाली केली असती, पण साहेब हिमालयासारखे अढळ. जाम नाही हलले. अशी ताकद होती म्हणून तर राजकारणात टिकाव धरून इथंवर आले... आणि त्यांचं हे असं!

**मंजुळा** : मला तर काही समजत नाही. मुख्यमंत्री झाले म्हणून आनंद करावा तर हे असं होऊन बसलंय.

**सुदाम** : छे. हे त्यांच्या स्वभावातच नाही, वहिनी...

**मंजुळा** : पण झालंय हे खरं आहे त्याचं काय?
(मुरारराव सिंदकरला धरून धीरे धीरे येतात. सिंदकरच्या कमरेला एक आडमाप तुमान, टायने बांधलेली. मुद्रा ब्लँकच.)

**मुरार** : ये असा. बैस इथे. (त्याला बसवतात. मायेने थोपटतात.) बैस. घे, कॉफी आलीय ती घे. (मंजुळाबाई कॉफी देऊ लागतात सिंदकरच्या हाती.) इकडे दे. त्याला नाही जमायचं.
(स्वत:च सिंदकरला कॉफी ओतून देऊ लागतात.)

**सुदाम** : मी देतो ना साहेब...

**मुरार** : नको. तुला नाही जमायचं. (सिंदकरला कॉफी पाजताहेत.) पोर

आहे अगदी. काही जमत नाही बघ. आणि जाणार होता... कसा गेला असतास गुलामा? रस्त्याला रहदारी केवढी... घे, कॉफी घे...

| | |
|---|---|
| सिंदकर | : (कॉफीने जरा तरतरी येताच उठत) बास. (चालू लागतो.) |
| मुरार | : अरे! पुन्हा कुठे चाललास असाच? सिंदकर... (रोखतात.) |
| सिंदकर | : कोण आडवतो मला? |
| मुरार | : नाही सिंदकर, असं नाही जायचं... |
| सिंदकर | : साला हिरवा डांबीस! |

(सिंदकर हे मुराररावांना म्हणतो. मुरारराव शॉक्ड.)

| | |
|---|---|
| सुदाम | : (अस्तन्या सारीत) ए, कुणाला म्हणतोस हिरवा डांबीस? राज्याचे मुख्यमंत्री आहेत ते... |
| सिंदकर | : हिरवा डांबीस. |
| सुदाम | : आदबीने बोल! |
| मुरार | : सुदाम, जाऊ दे. शुद्धीवर नाही तो. |
| सिंदकर | : कोण म्हणतो? दाखवा बोटं, ओळखतो. बोलण्याचं काम नाही. दाखवा, बोटं दाखवा. |
| मुरार | : होय होय. तू अगदी शुद्धीवर आहेस, सिंदकर... |
| सिंदकर | : आस्सं. |
| मुरार | : म्हणूनच तू व्यवस्थित जेवबीव... |
| सिंदकर | : हॅट्! |
| मुरार | : आपलं तुपलं एक वेगळंच नातं आहे, नाही सिंदकर? |
| सिंदकर | : तुपलं असेल. आपलं नाही. |
| मुरार | : मी जिवंत आहे, मुख्यमंत्री आहे, याचं कारण माझ्या पोटातली निरोगी किडनी... जी तू दिलीस... तू... अशीच... बदल्यात काही न मागता... |
| सिंदकर | : वहाणा साल्या... |

**मुरार** : सिंदकर, रिक्त हस्ताने तू इथून आज जाणार नाही आहेस.
(सिंदकर हे ऐकून लढाऊ पवित्रा घेतो.)
म्हणजे तू जाऊ शकत नाहीस... जाणं योग्य होणार नाही-

**सिंदकर** : दरवाजा कुठे गेला?

**मुरार** : तो सापडेल नंतर.

**सिंदकर** : नाही. आधी सापडला पायजे. आणि वहाणा...त्या पण...

**सुदाम** : (खासगीत) तुम्ही गप्प राहा, साहेब. दरवाजाच सापडत नाही तर हा जातो कुठे एवढ्यात.. जेवायचं होईपर्यंत राहील फिरत घरातच... हां...
(सिंदकर कोलमडतो कशाला तरी.)

**मुरार** : (पुढे होत) अरे अरे... (जवळ जाऊन सावरत) लागलं का सिंदकर? कुठे लागलं?

**सिंदकर** : (तुमानीचा खिसा शोधत) पैसे... पैसे गेले... वहाणा पण गेल्या... दरवाजा गेला... च्यायला... काय गंमत आहे... गंमतच आहे... (उठण्याचा प्रयत्न करतो.) पाय पण... गेले...

**मुरार** : (हेलावून) काही काळजी करू नको तू सिंदकर. सगळं गेलं तरी मी आहे– मी आहे तुझा—राज्याचा हा साक्षात् मुख्यमंत्री... हा तुझ्यामागे—म्हणजे-मेरूपर्वतासारखा उभा आहे...

**सिंदकर** : (पाहत राहतो. खुणेने बोलावतो. मुरारराव जवळ येताच डोळे मिचकावीत) डरो मत-मी पण तुझा आहे...

**मुरार** : आहेस ना? आता कसं बोललास!
(सिंदकर मुका घेतल्याचा आविर्भाव करतो मुराररावांना पाहत.)

**मंजुळा** : हे काय हे, कुणी पाहिलं तर काय म्हणतील...

**मुरार** : म्हणेनात. आता त्याची फिकीर मी करीत नाही मंजुळा. एका वेगळ्याच वातावरणात मी आता पोचले आहे. निर्भेळ प्रेमाचं विश्व...

| | |
|---|---|
| **मंजुळा** | : याचं तुमचं प्रेम! |
| **मुरार** | : होय, याचं माझं प्रेम! दिव्य प्रेम! एका रक्ताचं प्रेम, मंजुळा! एका ब्लडग्रुपचं प्रेम! किडनीच्या शस्त्रक्रियेच्या रज्जूंनी आम्ही एकमेकांना जखडलो गेलो आहोत, नाही सिंदकर? |
| **सिंदकर** | : (होकारार्थी मान हलवतो) आय लव्ह यू. (बेसूर गुणगुणू लागतो.) |
| **मंजुळा** | : (सुदामला) कुठवर चालणार आता हा गोंधळ? |
| **मुरार** | : सिंदकर, अखेर आपली दोघांची मनं एकत्र आली हे बरं झालं. शरीरं तर पूर्वीच आली होती. |
| **सुदाम** | : (मंजुळाबाईना) तसं नव्हे ते वहिनी- अर्थ पाहायचा-हूं- |
| **मुरार** | : सिंदकर, सिंदकर, आजचा दिवस फारच मोलाचा आहे. |
| **सिंदकर** | : (इंग्लिश म्युझिक गाण्याचे प्रयत्न.) |
| **मुरार** | : गा, माझ्या पाखरा, गा...माझ्या प्राणा गा... |
| **मंजुळा** | : (सुदामाला) ऐकवत नाही... |
| **सुदाम** | : हे सर्व 'तसं' नाही- वेगळ्या अर्थानं... |
| **मुरार** | : (सिंदकरच्या गळ्यात हात) यानंतर आपल्या प्रेम-जीवनानं आपण त्रैलोक्य उजळून टाकू-आपल्या प्रेमाच्या बळावर या राज्याचं कोटकल्याण करतो की नाही बघ मी-विरोधकांची हवा काढून घेतो-हितशत्रूंची सालटी काढतो...आज तू भेटलास-खऱ्या अर्थानं हृदयाहृदयाचं मीलन झालं-(त्याला हलका स्पर्श करून) तुझी जात कोणती सिंदकर? नक्कीच ती कनिष्ठ असली पाहिजे- म्हणजे आपला हा शरीरसंबंध समाजवादी ठरेल- जातीजातींत सामंजस्य निर्माण करणारा ठरेल-क्रांतिकारक ठरेल... |
| **मंजुळा** | : (गडबडीने) भावजी, मी जेवणाकडे पाहते आत-(आत जातात.) |
| **मुरार** | : काय सुदाम, तुला आश्चर्य वाटत असेल हे बघून? |
| **सुदाम** | : तुम्हांला नाही वाटत? |

| | |
|---|---|
| मुरार | : युगायुगांचेच ऋणानुबंध असले पाहिजेत हे-सिंदकर आणि मी-देह दोन, किडनी एक- नव्हे. आत्मा एक, कसं शांत वाटतं आहे. |
| सुदाम | : (हलकेच) साहेब, असं ठीक आहे, पण बाहेर फुटलं तर फार मोठं स्कँडल होणार... |
| मुरार | : स्कँडल? यात काय आहे स्कँडल? हे तर जगातलं सर्वांत शुद्ध नातं आहे सुदाम! |
| सुदाम | : पण लोकांना कळायला हवं ना ते... |
| मुरार | : यात न कळण्यासारखं आहे काय? सिंदकर आणि मी-मी आणि सिंदकर– |
| सुदाम | : (घसा खाकरून) अखेर, तुम्ही दोघं पुरुष आहात, साहेब. |
| मुरार | : मग? (एकदम लक्षात येऊन) सुदाम, इतकी विकृत दृष्टी? छी, छी. |
| सुदाम | : माझं काही नाही. लोकांबद्दल म्हणत होतो. |
| सिंदकर | : (ब्लँक) क्या गडबड है? |
| मुरार | : काही नाही भाऊ. आता जेवण येईल ते आपण दोघे खाऊ. (सुदाम नकळत कानांत बोटे घालून घेतो.) आणि सुखाने ढेकर देऊ. हा शाळेत धडा होता आम्हांला. शाळेतली एकेक आठवण जागी होऊ लागली आहे बघ आता. पुढे शिकण्याची इच्छा होती, पण तिथंच शिक्षण तुटलं. |
| सिंदकर | : (मुराररावांकडे निर्विकारपणे पाहत) हिरवा डांबीस. (मुरारराव सेल्फकॉन्शस हसतात.) हिरवा डांबीस, हिरवा डांबीस. |
| मुरार | : (जरा अस्वस्थ होऊन, लांबून बघणाऱ्या नोकरांना) काय रे? लवकर जेवण आणा आधी-पळा-इथे काय उभे-<br>(नोकर आत जातात धावत.) |
| सिंदकर | : (मुराररावांकडे पूर्ववत पाहत) हिरवा डांबीस. |

| | |
|---|---|
| मुरार | : (दुर्लक्ष करण्याचा प्रयत्न करीत) आता येईलच एवढ्यात जेवण, सिंदकर... |
| सिंदकर | : हिरवा डांबीस. |
| मुरार | : अरे तू बैस ना सुदाम... उभा का? आं? उभा का तू? |
| सिंदकर | : हिरवा... डांबीस. |
| सुदाम | : (घाईने) मी जरा निघू का, साहेब? जेवायचं काय, जेवता येईल नंतर-उद्या, परवा-मी घरचाच आहे-जरा पक्षाचंच काम होतं एक आत्ता आठवलं-विसरलो होतो- |
| मुरार | : कशाला? थांब की- |
| सिंदकर | : (आवाज चढवून) ए डांबीस. हिरवा. |
| सुदाम | : नको-सांगून निघतो वहिनींना-सकाळी येतो, सकाळी....आता परवानगां द्या-गेलो–(गडबडीत आत गेलेला.) |
| सिंदकर | : (मुराररावांकडे ब्लँक एकटक पाहतो आहे. मग हसू लागत) हिरवा डांबीस. |
| मुरार | : (स्वर वेदनेने भरलेला) असं तू म्हणतोस, भाऊ...विशेषत: कोणासमोर-तेव्हा गैरसमज होतात रे. त्यांना काय माहीत, आपलं नातं? |
| सिंदकर | : रड तू. रड. चांगला रड. |
| मुरार | : तुझ्याकडून मी आदराची अपेक्षा करीत नाही...आपलं नातं निराळंच आहे-मी हे कबूल करतो की मी पापं केली नाहीत असं नाही-अखेर राजकारण आहे...शठासी प्रतिशठ असावं लागतं राजकारणात...सज्जनांचं क्षेत्र नाही हे...पण इतर असतात तेव्हां...किती झालं तरी आता राज्याचा मुख्यमंत्री आहे मी- |
| सिंदकर | : मोठ्यांदा रड. |
| मुरार | : तेवढं संभाळलंस ना, मग आपल्यात काही नाही...आपण मित्र...आपण भाऊ-एका ताटात जेवू- |

**सिंदकर** : मोठ्ठ्यांदा रड.

**मुरार** : नको... (गहिवरत) भाऊ...भाऊ... (रडू लागणार तेवढ्यात नोकर येतो. एकदम सावरून) काय रे? काय आहे?

**नोकर** : (संकोचलेला.) नव्हं...जेवायला...वाढलं हाय...

**मुरार** : आलोच, चल-चल भाऊ-

(काळोख. पांढरा पडदा उजळतो. टेलिव्हिजनवरच्या बातम्यांचा कार्यक्रम. बातम्या वाचणारा : 'नवे मुख्यमंत्री श्री. मुरारराव यांच्या अभिनंदनार्थ आज त्यांच्या निवासस्थानी सकाळपासूनच विविध क्षेत्रांतील चहात्यांची एकच रीघ लागून राहिली होती- दृश्ये, मुख्यमंत्र्यांना हारतुरे घालण्याची. त्यांचा मोठा थोरला हसतमुख चेहरा.

'मावळत्या मुख्यमंत्र्यांनी उगवत्या मुख्यमंत्र्यांविषयी एका पत्रकाने गौरवाचे उद्गार काढले असून खऱ्या अर्थाने श्रमिक वर्गातून आलेल्या या मुख्यमंत्र्याच्या कारकिर्दीत राज्याचा विकास वेगाने आणि चौफेर होईल अशी अपेक्षा व्यक्त केली. अशाच प्रकारचे गौरवोद्गार उगवत्या मुख्यमंत्र्यांनी मावळत्या मंत्र्यांविषयी काढले असून त्यांनी ओढत आणलेला विकासाचा जगन्नाथाचा रथ आम्ही पुढे ओढत राहू असे आश्वासन दिले आहे'-

पांढरा पडदा विझतो.

काळोख.

उजेड. घड्याळात पंधरा किंवा तेरा ठोके पडतात. मुरारराव व सिंदकर आतून येतात. मुरारराव समाधानात. नाइट गाऊन चढवलेला.)

**मुरार** : (ढेकर देत, पानदान घेऊन बैठक मारीत) तू आलास, आमच्याकडे मनापासून चार घास खाल्लेस, याने आजचा दिवस कारणी लागल्यासारखा वाटतो आहे मला, भाऊ. मी आता फार फार

सुखात आहे.

| | |
|---|---|
| सिंदकर | : दरवाजा त्या तिकडे आहे ना? |
| मुरार | : काय झालं? |
| सिंदकर | : जातो. |
| मुरार | : कुठे जातोस? |
| सिंदकर | : जातो इथून. |
| मुरार | : लगेच? |
| सिंदकर | : हो. हा काय. |
| मुरार | : पण... थांब की थोडा. पान खाऊन चल... |
| सिंदकर | : नको. (खिसे चाचपू लागतो.) च्यायला... |
| मुरार | : काय झालं? (लक्षात येऊन) तर मला तुझ्याशी बोलायचं होतं ते अद्याप बाकीच आहे. म्हणजे मघापर्यंत तू...तसा ठीक नव्हतास. |
| सिंदकर | : (खिसे जारीने चाचपतो आहे पुन्हा पुन्हा.) |
| मुरार | : (हे पाहत राहतात. मग घसा खाकरून) तर भाऊ, आत्ताची ही संधी साधून तुझ्याशी एक-दोन गोष्टी मी बोलणार आहे. लक्ष आहे ना तुझं? (सिंदकर आता झपाटल्यासारखा पुन्हा पुन्हा तेच तेच खिसे उलटेसुलटे करतो आहे. आता त्याचे बाकी कुठे लक्ष नाही. खिसे उलटे करणेच जास्त जास्त वेगाने चालू आहे.) |
| मुरार | : भाऊ...(सिंदकरचे लक्ष नाही.) भाऊ... (सिंदकरचे लक्ष नाही.) तर भाऊ... (विलक्षण वेगाने सिंदकर तेच तेच खिसे फिरफिरून उलटे करण्याचा प्रकार करू लागला आहे.) |
| मुरार | : (भारल्यासारखे आणि काहीसे सभय हे पाहत आहेत.) तुला हवं ते त्यात तुला मिळणार नाही, भाऊ. त्यात ते नाहीच. कारण मी |

ते काढून घेतलं आहे. भाऊ, इथे बैस आणि स्वस्थपणे थोडं लक्ष
दे. तुझ्याच हिताचं आपण आता काही बोलणार आहोत.
(उपयोग नाही. सिंदकर अद्भुत वेगाने त्याचा उद्योग करतो आहे.
एकदम तो थांबवून तो खिसे चाचपण्यासाठी काढलेला अंगातला
खमीस रागाने भुईवर आपटतो. मुराररावांकडे युद्धमान पवित्रा
घेऊन पाहत राहतो.)

**सिंदकर** : (दात करकचून फिस्कारत) हिरवा डांबीस्स...

**मुरार** : (जरा घाबरत) भाऊ...(पुन्हा धीर येत सिंदकरपुढे पान धरतात.)
घे, पान घे. (सिंदकर पाहतो आहे युद्धमान् पवित्रा कायम
ठेवून.) भाऊ, पान घे. (सिंदकर बाजूला थुंकतो त्याच युद्धमान
पवित्र्यात.) हे पान घे भाऊ. स्वतःच्या हातांनी मी ते बनवलं
आहे.
(सिंदकर टाचेने माती उकरल्यासारख्या हालचाली करतो. पवित्रा
जास्त युद्धमान.)
मी...मी देऊ पान तोंडात? कर, आ कर...कर आ... आ...
बघू... इकडे कर तोंड...इकडे ...तिकडे नव्हे इकडे...
(सिंदकर आणि मुरारराव यांच्या जागच्या जागी आट्यापाट्या
सुरू झाल्यासारख्या. आणि एकदम सिंदकर हूल देऊन
टारझनसारखा ओरडत धावत बाहेर निघून जातो.
मुरारराव आत जाण्याचे दार नीट बंद करून काडीने दात
कोरीत थंडपणे बसतात. सिंदकर परत येऊन चरफडत उभा.)
आलास भाऊ? ये. बैस. दार बंद आहे ना? सर्व दारं बंद
आहेत. या वेळी तुझे संभाव्य डावपेच आधीच हेरून सर्व व्यवस्था
आगाऊ चोख करून ठेवली होती मी. उगीच नाही मुख्यमंत्री
झालो. सत्तेची गोळी चढवून बसलेल्या आधीच्या मुख्यमंत्र्याला
पुरून उरलो मी, तो काय उगीच? लेकाचा बसला असेल मनगटं

चावीत. आता तरी बसशील भाऊ? किंवा वाटलं तर राहा उभा. (सिंदकर बसतो नाइलाजाने.) माझं म्हणणं ऐकून त्यावर विचार करण्याच्या अवस्थेत तू यावास म्हणून तुझ्या खिशातल्या उरलेल्या गोळ्या देखील मीच काढून घेण्याची व्यवस्था केली. (सिंदकर उठून उभा राहू लागतो.) बैस भाऊ. (जमिनीवरून त्याचा खमीस उचलून त्याच्याकडे फेकत) हा घाल. गोळ्या हव्या असल्या तर माझं तुला ऐकावं लागेल. (सिंदकर बसून कसाबसा खमीस चढवतो.) आता मी माझं बोलणं सुरू करतो. (उठून पलीकडचे पॅड आणि बॉलपॉइंट पेन घेऊन येऊन बसतात.) काही शंका असल्यास, एक हात वर करायचा. असा (दाखवतात.) मी विचारीन तेव्हाच शंका विचारायची. तर भाऊ, एका योगायोगाने आपण एकत्र आलो. शरीरं जुळली-म्हणजे ब्लड ग्रुप, किडनी वगैरे. तेव्हां अर्थातच मी मुख्यमंत्री नव्हतो. मी मुख्यमंत्री होईन असंही कुणाला वाटत नव्हतं. खुद्द मलाही वाटत नव्हतं तर इतरांचं कशाला? मी मरायला टेकून विशिष्ट ब्लड ग्रुपच्या किडनीसाठी जाहीर आवाहन डॉक्टरांनी केलं आणि एक ट्रॅप किंवा सापळा जणू काही रचला गेला आणि त्या सापळ्यात तू अचूक चालत येऊन अडकलास...कुणी न बोलावता, अपेक्षा नसता. तसं म्हटलं तर आमिष म्हणून सुद्धा त्या सापळ्यात त्या वेळी काही ठेवलेलं नव्हतं. एक किडनी गमावून तू गेलास. आणि तुझ्याविषयी माझ्या मनात माझ्याही नकळत एक प्रकारची विलक्षण कणव निर्माण होऊन राहिली. यातून दुसरा सापळा तुझ्यासाठी रचला गेला. मुख्यमंत्री झालो हे कळल्यावरचं नवं जाहीर आवाहन. आणि तू त्यालाही बळी पडलास आणि आज इथे आलास. (हे चालू असता सिंदकर एक आणि दोन्ही हात आळीपाळीने वर करीत आहे.) शंका आहेत?

सिंदकर : गोळ्या, गोळ्या.

मुरार : नंतर. तर पुन्हा मुद्द्याकडे वळून बोलायचं तर, आता तू इथून तसा सुटू शकत नाही. मी मनात आणलं तर या वेळी मी तुझं काहीही करू शकतो, भाऊ. उदाहरणार्थ, दहशतवादी म्हणून देश संरक्षण कायद्याखाली बेमुदत अटक. किंवा उपद्रवी गुन्हेगार म्हणून कायमचा तडीपार. पण अधिकाराचा असा वापर करण्याची इच्छा, थोडीफार सवय असूनही, मला होऊ नये याचं कारण एकच आहे आणि ते म्हणजे तुझ्याबद्दलची कृतज्ञता, भाऊ, असीम कृतज्ञता. हा अनुभव विरळाच आहे. पण तो खरा आहे आणि राजकारणाच्या कृतघ्न मामल्यात मला तो रुचिपालट म्हणून आवडतो आहे.

(सिंदकर दोन्ही हात वर धरून कायम वेडेवाकडे हलवतो आहे.) हात खाली कर भाऊ आणि उरलेलं ऐक. आज मला तुझ्याकरता असं काहीतरी करायचं आहे, की ज्याने मला समाधान वाटेल. आणि मी तसा फार असमाधानी माणूस आहे. तर तुझ्यासाठी मी काय करू शकतो?

सिंदकर : (हात खाली करून) गोळ्या.

मुरार : एक म्हणजे तुला मी बिनकामाची आणि एअरकंडिशण्ड केबिनमधल्या हुद्द्याची लठ्ठ मलिद्याची एखादी चांगली नोकरी लावून देऊ शकतो. वारंवार परदेशच्या हवाई सहलींची उत्तम सोय.

(सिंदकर बोटांनी ''गोळी'' दर्शवितो आहे वेगवेगळ्या पद्धतीने.) हवी म्हटलीस की दिली समज. किंवा या शहराच्या एखाद्या आलिशान टेकडीवरल्या उंची वस्तीत कोणीतरी दाबून ठेवलेला बादशाही फ्लॅट मी तुला मिळवून देऊ शकतो. वाटल्यास चौपट भाड्यात आणखी कोणाला पोटभाड्याने देण्यासाठी किंवा वाटल्यास

त्यात एखादा उंची कुंटणखाना चालवण्यासाठी देखील. (वाट पाहून) नाही? मी बोलतो ते तुला व्यवस्थित ऐकू येतं आहे ना? कारण हे पुन्हा तुला आयुष्यात ऐकायला मिळणार नाही. हेही जाऊ दे. एखाद्या राखीव उद्योगधंद्याचा परवाना-तोही माझी भागी न ठेवता. मूर्तिमंत सोन्याची खाण. तुला एकट्याला. (वाट पाहून) हेही नाही? तरी हरकत नाही. तर मग...कंत्राटं देण्याचा अधिकार असलेल्या एखाद्या कमिटीचं अध्यक्षपद तुला मिळू शकतं. बघ, कंत्राटं देण्याच्या बदल्यात ऋद्धि-सिद्धी हात जोडून समोर उभ्या. गाडी, दारू, बाई, इम्पोर्टेड टी. व्ही. सेट, फ्रीज, एअरकंडिशनर, फर्निश्ड फ्लॅट, यांतलं काहीही किंवा हे सर्वच. (वाट पाहून) गोळ्या खाऊन तुझ्या मेंदूवर परिणाम झाला आहे.

(सिंदकर उच्चार न करता ओठांनी 'गो' 'ळी' हा शब्द वारंवार दर्शवतो आहे. चेहरे वेडेवाकडे करतो आहे.)

तुझी कमाल आहे. आता एक रामबाण ऑफर. नीट ऐक. मध्यवर्ती सरकारी सहकारी बँकेच्या मॅनेजिंग डायरेक्टरची जागा. जवळ जवळ एक आख्खं वैभवशाली साम्राज्य, मांडलिकांच्या मालिकेसहित. जिथं प्रसंगी मंत्रीही झुकतात असं उच्चपद. वर, आधीच्या सर्व सुखसोयींची गरजेनुसार उपलब्धी. (सिंदकरकडे पाठ. सिंदकरच्या टाळीचा आवाज. वळून पाहत) ये बात! -पटलं तुला.

(सिंदकरने डास मारला आहे.)

नाही! तरीही नाही. तू माणूस आहेस का हैवान? कसलाच मोह नसलेला आचार्य वगैरे समजतोस की काय स्वत:ला? आणि आचार्यांना देखील मोह होतो... सत्ताधाऱ्यांच्या आदराचा. मातबरांकडून मिळणाऱ्या मानमरातबाचा. मग तूच असा कोण लागलास? आता मात्र अखेरची संधी... एकच ऑफर... तुझं

एकदमच कोटकल्याण करणारी... प्रत्यक्ष परमेश्वर उडी मारून
झडपील अशी. हमखास निवडून येण्याच्या मतदारसंघात
निवडणुकीचं एक तिकिट. लोकप्रतिनिधीची सनद खिशात
ठेवून मनमुराद स्वार्थ साधण्याचा लोकशाहीतला परवाना.
सत्तेपासून मत्तेपर्यंत चाहेल ती तिजोरी चाहेल तेव्हां खोलण्याची
पाच वर्ष मुदतीची एकमेव चावी. म्हण, हवी म्हण भाऊ-हवी
म्हण-आणि ती तुला दिली समज.
(पाहतात. सिंदकर खुर्चीतून अदृश्य.)
अरे! कुठे गेला? भाऊ! गेलास कुठे?
(सिंदकर टेबलाखाली बसलेला.)
(शोधून) अरे गुलामा. अशी मस्करी सुचते होय तुला? बाहेर
ये आधी. ये बाहेर पाहू.
(सिंदकर तसाच टेबलाखाली. मुरारराव त्याच्या समोर बसतात.)
मोहापासून तू असा लपू शकत नाहीस, भाऊ. हा शुद्ध भ्याडपणा
आहे. हा रडीचा डाव झाला. बाहेर ये आणि नुसता आकडा
बोल. एक आकडा म्हणजे मी देऊ केलेलं एकेक घबाड. एक
की दोन की तीन की चार? की पाच की सहा की सात?
कोणताही एक आकडा बोल. बोल आकडा. आकडा बोल.
एक्का? की छक्का? बघ, छक्का वाईट नाही-
(सिंदकर तसाच.)
नाही? अद्याप तुझ्या फत्तरासारख्या काळजाला मोहाचा पाझर
फुटत नाही? यातले कुठलेही दोन आकडे एकदम-चल!
कंपनीका दिवाला...एकमे दो, एकमे दो...कोई बी उठाव...
एका वेळी दोनचा ब्रॅकेट-चलो, जल्दी करो-जल्दी करो-
(सिंदकर तसाच टेबलाखाली चूप.)
एक आणि तीन? दोन आणि पाच? चार आणि सात? किंवा हवं

तर सहा आणि-आणि सहा? किंवा पाच? कुठलेही दोन-कुठलेही तीन-शेवटची संधी-तीन-त्वरा कर-तीन, कुठलेही तीन-(सिंदकर तसाच.)

(घाम टिपीत धापा घालीत उभे राहून) अच्छा. तुला काही नको, अं? हाडाचा जन्मदरिद्री तू! अडवणुकीचा उच्चांक! कसलाही मोबदला द्यावा न लागता मिळतं तर तुला नको! प्रत्यक्ष मुख्यमंत्र्याचा शब्द खाली पाडतोस तू! अधिकारावर आल्यापासून चोवीस तासही उलटले नाहीत तो उपकाराची फेड म्हणून तुझ्यासाठी सत्तेचा गैरवापर करू म्हटलं त्याची तुला साधी कदर नाही. माकडापुढे मोती टाकावेत त्यातली गत. ठीक आहे. माझे प्रयत्न संपले. बाहेर ये आता. आता मी तुला जाऊ देणार आहे. तुझ्या गोळ्या तुला परत करणार आहे.

(सिंदकर टेबलाखालून लगेच बाहेर येऊन उभा.)

अडेलतट्टू मूर्खपणाची हद्द तू गाठलीस तरी तुझा फायदा करून देण्याची माझी इच्छा अद्याप अतृप्तच आहे. तुझ्यासाठी नव्हे, माझ्यासाठी मला तुझ्याकरता काही केलंच पाहिजे. माझ्या मनावरचं ओझं मला हलकं केलंच पाहिजे. मला माझा आत्मा मुक्त केला पाहिजे. माझं कर्तव्य मला केलं पाहिजे.

(मुरारराव फेऱ्या घालतात. अचानक सिंदकरला उताणा पाडून त्याच्या उरावर स्वार.)

भाऊ सिंदकर, नाइलाजाने मला हा मार्ग अनुसरावा लागत आहे. पूर्वी फेरीवाल्याच्या आयुष्यात फूटपाथवरची म्युनिसिपल मालकीची बेकायदा जागा राखण्यासाठी अनेकदा वापरावा लागणारा हा मार्ग मुख्यमंत्री झाल्यावर वापरावा लागेल असं स्वप्नात देखील वाटलं नव्हतं; पण सत्य कित्येकदा स्वप्नापेक्षा अद्भुत

असतं. सराव नसूनसुद्धा हे बऱ्यापैकी जमलं. तुझ्या पाया पडणं किंवा तुझ्या उरावर बसणं एवढ्या दोन पर्यायातला कमी कष्टाचा आणि त्यातल्या त्यात उच्च पदाला साजेसा असा हाच उपाय वाटला. तर आता एक वचन तू मला दिल्याशिवाय तुझी सुटका नाही. आज मी तुला देऊ केलेल्या उत्तमोत्तम गोष्टी तू लाथाडल्या आहेस. पण यानंतर जेव्हां केव्हां आयुष्यात तुला कशाची गरज लागेल तेव्हां माझ्याकडेच तू मागशील असं वचन तू मला दिलं पाहिजेस. ते तू देईपर्यंत ही छाती मी सोडणार नाही.

(टेलिफोन वाजू लागतो. सिंदकरच्या उरावर बसूनच मुरारराव तो घेतात.)

(रिसीव्हरमध्ये) काय बसाळे? संपूर्ण शहर विंचरलंत पण तो तुम्हांला सापडत नाही? मग करा शंख. तो सापडला नाही तर तुमची रिटायरमेंट नक्की. काही करा, त्याला शोधून आणा. सबब चालणार नाही. नाही, तूर्त जरा कामात आहे, सकाळी. गुड नाइट अँड स्वीट ड्रीम्स. (रिसीव्हर ठेवतात.) बैस बोंबलत म्हणावं लेका. पक्का सापडलाय. मी फेरीवाला असताना हा फौजदार होता; पिडायचा भारी. आता दाखवतो त्याला. (आठवण होऊन) तर भाऊ...

**सिंदकर** : काय लागेल तर तुमच्याकडेच मागेन. सोडा आता. सोडा म्हणालो ना. दिलं वचन. सोडा.

(मुरारराव उठतात. सिंदकर धडपडत उभा राहतो.)

**मुरार** : राजकारणात नसल्याने वचनाचा थोडाफार सच्चा तू असशील असं मानण्याला जागा आहे. मी तसं मानणार आहे.

**सिंदकर** : च्यायला! आता आमच्या गोळ्या द्या. दार उघडा.

**मुरार** : दोन्हींची व्यवस्था आहे. चल.

(आत जाणारे दार उघडतात. त्याला हात धरून बाहेरच्या दाराकडे

नेऊ लागतात. अंधार

उजेड. रात्र. एकटे मुरारराव सोफ्यात अवघडून झोपलेले.
मोठमोठ्यांदा घोरताहेत. मंजुळाबाई येतात.)

मंजुळा : हे काय? इथेच झोपलात? कधी गेला तो? आणि हॉलचं दार
कुणी बंद करून घेतलं? मला बाई भीती वाटली, तुम्हांला
काय करतो की काय तो. नेम काय त्याचा.

मुरार : (उठून खुषीने) मंजुळाबाई, आम्हीच त्याला काय ते केलं.
वचन घेतलं, वचन-की आयुष्यात काहीही हवंसं वाटेल तेव्हां
तो आमच्याकडेच मागेल. फक्त आमच्याकडे. (परत सोफ्यात
बसून पाय ताणत झोपण्याची तयारी करतात.)

मंजुळा : हे काय? बेडरूम नाही झोपायला? मंत्री करा नाहीतर मुख्यमंत्री,
जुन्या सवयी मेल्या जायच्याच नाहीत...
(मुराररावांना घेऊन जातात आत.
पांढरा पडदा उजळतो. त्यावर टी. व्ही. अनाँन्सर:
'ही झाली आमच्या उद्याच्या कार्यक्रमांची रूपरेषा. आजचा
कार्यक्रम संपला. आता आपली भेट उद्या संध्याकाळी ठीक
सात वाजता.'
तिचा सस्मित नमस्कार. तिने डोळा मारल्याचा भास. पांढरा
पडदा विझतो.
रंगमंचावर पडदा येतो.)

**अंक दुसरा**
    (पांढरा उजळतो. टी. व्ही. वृत्तनिवेदक आणि दृश्ये)

**वृत्तनिवेदक :** या बातम्या आपणाला टेलिव्हिजनवरून देत आहोत. डबेवाल्यांच्या
राष्ट्रीय परिषदेचे उद्घाटन आज शहरात समारंभपूर्वक झाले.
परिषदेसाठी खास उभारण्यात आलेल्या शाही शामियान्यात सुवर्णाचा
डबा उघडून माननीय मुख्यमंत्र्यांनी परिषदेचे उद्घाटन झाल्याचे
जाहीर केले. अध्यक्षपदावरून बोलताना सांस्कृतिक व
मच्छीमारखात्याचे माननीय मंत्री नामदार रावसाहेब पन्हाळे म्हणाले,
(निदर्शकांच्या घोषणांच्या आणि गोंधळाच्या पार्श्वभूमीवर)
'शहरी संस्कृतीला डबेवाल्यांची संस्कृती असं म्हणतात. 'जिच्या
हाती पाळण्याची दोरी' ही म्हण आता रद्दबातल झाली. 'ज्याच्या
माथी डब्यांच्या हारी तो राष्ट्राते उद्धारी' अशी नवी म्हण आता
पडली पायजेलाय. पाळण्याची दोरी बाळगणाऱ्या मोठमोठ्या
हापिसांत बसून आजकाल फायलींचा उद्धार करून लागल्या.
तरी आमचा खेडवळ डबेवाला... शहरी माणसांचा
अन्नदाताच..प्राणाचा जुगार खेळण्याची वेळ जरी आली, तरी
आपल्या कामापासून तसूभरसुद्धा हटणार नाही अशी ग्वाही
मी देतो. कारण तो मर्द आहे... तो राष्ट्रवादी आहे'...(टाळ्यांचा
गजर.)
(पुन्हा वृत्तनिवेदक:) राष्ट्रीय युवा आघाडीतर्फे आज एक आगळा
मोर्चा निघाला होता. देशाची आजची बिकट परिस्थिती लक्षात
घेऊन सर्वांनी आपल्या सर्व मागण्या पाच वर्षे तहकूब ठेवाव्यात
अशी मागणी मोर्च्याच्या नेत्यांनी माननीय मुख्य मंत्र्यांची भेट
घेऊन सादर केली. मोर्चामागील विशुद्ध राष्ट्रहिताच्या दृष्टीचे
स्वागत करून माननीय मुख्यमंत्र्यांनी मोर्चाच्या नेत्यांबरोबर
अनेक विषयांवर मुक्त बातचीत केली.
शहर चौकात आज एका वेडसर इसमाने स्वतःला जाळून

घेऊन काही काळ एकच खळबळ माजवली होती. हा इसम दुष्काळी भागातील असून, आपल्या गाऱ्हाण्यांची दाद गेली तीन वर्षे कोणीही घेत नसल्याने कंगाल आणि निराश होऊन आपण जाळून घेत आहोत, अशा अर्थाचे पत्रक त्या वेळी वाटताना काही माणसे आढळली. पोलिसांनी सदरहू माणसांना सार्वजनिक ठिकाणी अडथळा निर्माण केल्याच्या आरोपावरून अटक केली असून ती मृताची मुले असल्याचे पोलिसांचे म्हणणे आहे.

विधानपरिषदेत आज दिनांक सत्तावीसच्या गोळीबारावरील चर्चा पुढे चालू राहिली. गोळीबाराच्या न्यायालयीन चौकशीची नवी मागणी सरकार पक्षाने फेटाळून लावली. गोळीबार सर्वस्वी शांततापूर्ण आणि शिस्तबद्ध होता अशी ग्वाही देऊन माननीय मुख्यमंत्री म्हणाले की, परकीय शक्तींच्या साहाय्याने या राज्यात अराजक माजवण्याचा विरोधकांचा प्रयत्न मी कधीही यशस्वी होऊ देणार नाही आणि राजीनामा देणार नाही. विरोधी पक्षाच्या आमदारांनी यानंतर कालच्याप्रमाणेच शेम शेमच्या आरोळ्या मारून सभात्याग केला. यानंतर सभागृहाचे कामकाज सुरळीतपणे पुढे सुरू झाले असे समजते. गोळीबारातील मृतांची संख्या आता सातावर गेली आहे...

सफाई कामगारांच्या संपाचा आजचा सदुसष्टावा आणि तडजोडीच्या वाटाघाटींचा सहासष्टावा दिवस. आजही वाटाघाटी चालू राहिल्या. माननीय मुख्यमंत्र्यांनी 'आपण अजूनही आशावादी आहोत' असे वार्ताहरांपाशी सांगितले. नामदार मुख्यमंत्री वेळकाढूपणा करून संपाच्या यशाची शक्यता पद्धतशीरपणे कुजवीत आहेत; परंतू संप जोमाने चालूच राहील, असे संपनेत्यांतर्फे सांगण्यात आले. आज मुख्यमंत्र्यांच्या पत्नी सौ. मंजुळाबाई यांनी

शहरसफाईच्या महिला मोहिमेत दहा मिनिटे भाग घेऊन सफाई करणाऱ्या महिला स्वयंसेविकांची विचारपूस केली.

आज विधानसभा परवाने-प्रकरणाच्या चर्चेने पुन्हा एकवार गाजली. विरोधी पक्षाने उपस्थित केलेला नवा हरकतीचा मुद्दा फेटाळताना माननीय सभापती म्हणाले की, तो मांडणारांनी तपशिलात काही तांत्रिक चुका केल्याने मुद्दा फेटाळावा लागत आहे. नंतर केलेल्या सडेतोड भाषणात विरोधकांवर चौफेर हल्ला चढवून नामदार मुख्यमंत्र्यांनी विरोधकांचे सर्व आरोप खोडसाळ असल्याचे सांगितले. चारित्र्यहननाच्या असल्या हीन प्रयत्नांना बळी पडून आपण कदापि राजीनामा देणार नाही असे त्यांनी पुन्हा एकवार बजावले. सरकार पक्षाने बाके बडवून या घोषणेचे स्वागत केले. विरोधकांनी सभात्याग केला.

परवाने प्रकरणी आज पोलिसांनी शहरातील प्रमुख व्यापारी आणि अंध सेवा समितीचे अध्यक्ष श्रीयुत नानालाल जमनादास यांना अटक करून जामिनावर सोडल्याचे कळते. परवानेप्रकरणी अटक करण्यात आलेल्या व्यापाऱ्यांची संख्या आता आठ झाली आहे. या प्रकरणाची पाळेमुळे खणून काढू असे शहरातील वार्ताहरांनी आयोजिलेल्या चहापानाच्या वेळी माननीय मुख्यमंत्री म्हणाले. देशातील वाढत्या करप्शनबद्दल त्यांनी या प्रसंगी चिंता व्यक्त केली. या वेळी बाहेर निदर्शने करणाऱ्या जमावावर पोलिसांना दोनदा सौम्य लाठीहल्ला करावा लागला. यात एकूण पस्तीसजण जखमी झाल्याचे वृत्त आहे. यानंतर काही महिला निदर्शकांनी मुख्यमंत्र्यांना सुमारे दीड तास घेराव घातला होता.

(पांढरा पडदा विझतो. रंगमंच उजळतो. नवा, मुख्यमंत्र्यांच्या बंगल्याचा सेट. रंगमंचावर मुरारराव टेलिफोनवर गरम होऊन

बोलत आहेत. पलीकडे देसाई उभा.)

मुरार : (रिसीव्हरमध्ये तावातावाने) काही ऐकू शकत नाही. तुम्ही मला पटवण्याचा सवालच नाही, शेठजी. अग्रलेखाचा रोख सरळच आहे. कुठला ते मला कशाला विचारता. मी करप्ट आहे, आणखी कुठला? तुमचा संपादक मला करप्ट म्हणतो. नाही कसं? तसंच सुचवलं आहे त्यानं. मी तुमचं काम करून आणखी करप्शनचा नवा आरोप कशाला घेऊ? मी काही नाही करू शकत. अगदी सॉरी. संपादकाविरुद्ध? मी कोण म्हणणार? तुमचा संपादक आहे तो. तुम्ही त्याला ठेवा नाहीतर काढा. काम होणार नाही. अगदी नाही. काही बाबतींत कडक होण्याचं आता मी ठरवलं आहे. (जरा ऐकून घेऊन) तुमचा प्रश्न आहे. मी सांगणार नाही. प्रोसीड तर व्हा, मग पाहू. हो, लेटर द्या, नंतर भेटा. ठीक आहे, भेटा. करतो मग विचार. (रिसीव्हर ठेवून देसाईला) जमालगोटा दिला तेव्हां आला वळणावर. संपादकाला पत्र देतोय आता, घरी बसवणार. अर्थात् मी त्याला तसं सुचवलं नाही. मी कोण सुचवणार?

देसाई : टॅक्सच्या भानगडीतून तुमच्या मदतीशिवाय सटकता येत नाही हे कळलंय त्याला. जात शेठजीची आहे ना त्याची. बरोबर वास येत असेल.

मुरार : मी त्याचा बाप लागलोय हुषारीत. सरळ माणसाशी आपण सरळ आहोत. पण आपल्याला कुणी भोट समजतं म्हणजे काय?

देसाई : बरोबर आहे, साहेब. अगदी रास्त आहे.

मुरार : या फडतूस संपादकाला मीच शिष्टमंडळातून एकदा फॉरिनला पाठवलं. दोन कमिट्यांवर घेतलं. शिवाय त्याच्या मुलीच्या लग्नाला जातीने जाऊन पाचशे रुपयांचा आहेर केला. दोन

दिडक्यांचा माणूस नव्हे एरवी. जन्मदरिद्री लेकाचा. म्हटलं,
गरीब आहे, जाऊ द्या. तर उलट मीच करप्ट? म्हणे, सर्व नियम
बाजूस सारून हे परवाने कसे दिले गेले? वर साळसूदपणा :
'अर्थात मुख्यमंत्र्यांच्या स्वच्छ चारित्र्याबद्दल आम्हांला खात्रीच
आहे!'

देसाई      : पण तो, साहेब, एकटा नाही. त्याची काय शहामत लागली होती
            हे म्हणण्याची? त्याच्यामागे कोण कोण उघड, आड आहेत ते
            कानावर असेलच आपल्या.

मुरार      : आहे, समजून आहे मी. तो रावसाहेब...
            (आठवणीने खून चढावा तसा चेहरा होतो.)

देसाई      : आणखी अर्थात टी. टी....

मुरार      : टी. टी. चा तर मेंदू सडला आहे अलीकडे...

देसाई      : आणखी साहेब, आणखी एक आहे त्यात.

मुरार      : कोण?

देसाई      : आता साहेब, चुगलखोरीचा आरोप उगाच यायचा...

मुरार      : नाही येत. कोण आहे तो?

देसाई      : सदावर्ते.

मुरार      : कोण सदावर्ते?

देसाई      : सचिवालयातलाच.

मुरार      : आपल्या प्रसिद्धी खात्याचा डायरेक्टर? तो?

देसाई      : तोच.

मुरार      : त्याचं काय?

देसाई      : घनिष्ट संबंध आहेत त्या संपादकाशी.

मुरार      : असं?

देसाई      : सदावर्तेच्या कविता त्या दैनिकाच्या साप्ताहिक आवृत्तीत नेहमी
            येतात. एकदा तर-गेल्या महिन्यातच-हा सदावर्ते आणि तो संपादक

रात्री त्या ब्लू मून बारमध्ये एकत्र बसून पिताना दिसले होते. आता, पिता पिता कुणास ठाऊक काय बोलत असतील! आणखी इतक्या रद्दी कविता तो संपादक काय उगीच छापील? त्यासुद्धा पुन्हा पुन्हा. बदल्यात काहीतरी...

**मुरार** : असं म्हणतोस!

**देसाई** : काही तरी अंदरकी बात म्हणून सांगितलं असेल सुद्धा सदावर्त्यानं... त्याशिवाय अग्रलेख लिहण्याचं धाडस होईलच कसं त्या फडतूस माणसाला?

**मुरार** : (जरा विचारमग्न. मग एकदम फोन उचलतात.) कोण? मोगरे काय? जरा सदावर्ते द्या. प्रसिद्धी प्रमुख. ऑफिसमध्ये नाही? घरी द्या. द्या घरी. (थांबून) घरी नाही? कुठे आहे तपास करा आणि मला रिंग बॅक करायला सांगा असेल तिथून. ताबडतोब. (रिसीव्हर ठेवून) निकाल करतो.

**देसाई** : कशाला साहेब उगीच... बायकामुलांचा धनी...

**मुरार** : घरभेद्याला क्षमा नाही, देसाई. आमचं अन्न खाऊन आमच्याशी बेइमानी? (रिसीव्हर पुन्हा उचलून) मोगरे, सदावर्ते असेल तिथे त्याला सस्पेण्ड केल्याचं कळवा.

**मोगरे** : (लाइनवर) पण साहेब...

**मुरार** : दीज आर माय ऑर्डर्स.

**मोगरे** : (लाइनवर) पण सरकारी नोकरीत कुणाविरुद्ध झालं तरी रीतसर...

**मुरार** : रीत गेली जहन्नममध्ये. सदावर्ते आत्तापासून सस्पेण्ड झाला आहे. या मिण्टापासून.

**मोगरे** : (जरा थांबून) बरं साहेब. कळवतो.

**देसाई** : (मुरारराव रिसीव्हर ठेवू लागतात तेव्हांच) त्याच्या जागी व्यवस्था करावी लागेल, साहेब. किती झालं तरी काम अडून चालणार नाही. दिवस कसले...विरोधी पक्षांनी तर मोहीमच काढल्यय...

| | |
|---|---|
| **मुरार** | : कोण आहे त्याच्या जागेसाठी? |
| **देसाई** | : तसं एकदम असं सांगणं सोपं नाही साहेब... पण म्हटला तर आहे एक जण. |
| **मुरार** | : नेमा त्याला. |
| **देसाई** | : पण...खात्यातला नाही तो– |
| **मुरार** | : आमची ऑर्डर आहे. अर्ज द्या, अपॉइंटेड म्हणून सही करून टाकतो. घरभेदे गेले पाहिजेत. |
| **देसाई** | : बरं. साहेबांची कामाची पद्धत म्हणजे कशी एक घाव की दोन तुकडे. |
| **मुरार** | : तरी रोज विरोधक आरोप करतात आमच्यावर, कारभारातल्या गोंधळाचे. |
| **देसाई** | : ते काय साहेब, राजकारण. जळतात कोण कोण तुमच्यावर. तुमचा उत्कर्ष बोचतो कुणाकुणाला. |
| **मुरार** | : माझ्या कर्तृत्वावर मी उभा आहे, देसाई! आज ॲम दि सेल्फ मेड मॅन! कुणाचा कसला लागता नाही. |
| **देसाई** | : तेच तर ना. त्यामुळे जास्तच खुपता तुम्ही कुणाकुणाला. त्यात साहेब तुमची जात. |
| **मुरार** | : ती मलाही खुपते कधी कधी. पण अखेर मी कुठल्या जातीत जन्माला यावं हे मी तर ठरवलं नाही, देसाई? |
| **देसाई** | : अगदी खरं... |
| **मुरार** | : आणि त्यातून माझी बायको तर उच्च जातीची आहे? |
| **देसाई** | : त्यामुळे तर तुम्ही नुसते काट्यासारखे सलता, साहेब. वहिनी-साहेबांची जात, रूप...म्हणजे या वयालासुद्धा कशा– (मंजुळाबाई आलेल्या बाहेरून. बरोबर एक पोलीस. त्याच्याकडे खरेदीची पुडकीच पुडकी.) |
| **मंजुळा** | : ठेव आत नेऊन. (तो पुडक्यांसकट आत जातो. मंजुळाबाई |

बसत) दमले बाई. महिला सभा, तिथून शहरसफाई, तिथने
क्लब, तिथने पलीकडल्या झोपडपट्टीला भेट... तिथल्या बायांनी
नको नको करून सोडलं. गाडीच निघू देईनात. आडव्या पडल्या
चक्क.

मुरार : घेराव घातला?

मंजुळा : हटून बसल्या, नाव घ्या. (लाजतात.)

देसाई : (उत्सुकतेने) मग?

मंजुळा : तुम्हांला काय करायचंय, मग काय झालं त्याच्याशी?

देसाई : तसं नव्हे...

मंजुळा : (मुराररावांना) तिथून येता येता मार्केटिंग करून आले. पडद्याची
टॉप कापडं मिळाली. आणि कार्पेट्स तर वंडरफुलच आहेत.
या काढून टाकून नव्या टाकायच्या उद्या. झालंच तर फर्निचर
तर इतकं नॉव्हेल दिसलं...लगेच ऑर्डर करून आले.

मुरार : वास्तविक गरज नव्हती...हे काय वाईट आहे? पुन्हा तसं
नवीनच आहे...

मंजुळा : तुमचं चालू दे, साधी राहणी उच्च विचारसरणी, मला नाही
चालणार तसलं. कोण कोण माणसं येणार इथे. फॉरीनर्स
येणार. आपल्या देशाची शान हवी ना राहायला जगात. ते
काय म्हणतील हा बंगला पाहून आपल्या देशाबद्दल तिकडे?
पुन्हा पंतप्रधान येतायत परवा...

मुरार : बरी आठवण झाली. देसाई, आय. जी. पी. बसाळेला घ्या
जरा फोनवर... परवाच्या पंतप्रधानांच्या मीटिंगबद्दल बोललं
पाहिजे...

मंजुळा : आणखी आमच्या झोपडपट्ट्या सुधार कार्यक्रमासाठी पन्नास
एक लाख तरी सुरुवातीला हवेत हं आम्हांला. ऐकलंत का?
मी कमिटीत सांगूनसुद्धा टाकलंय...

**मुरार** : काय?

**मंजुळा** : मिळवून देते म्हणून.

**मुरार** : महत्त्वाच्या कामांना पैसा नाही-

**मंजुळा** : ते तुमचं तुम्ही पाहा काय ते. मी माझा शब्द दिलाय.

**मुरार** : अहो, पण, काय घरचे पैसे आहेत ते?

**मंजुळा** : झोपडपट्ट्या सुधाराचं काम तरी काय माझं घरचं थोडंच आहे? इतक्या सुंदर शहराला बट्टा आहे तो.फॉरीनर्स येतात इथं, तेव्हां पाहून काय म्हणत असतील ते? देशाची इभ्रत केव्हाही सर्वांत महत्त्वाची. ते काही नाही, कसंही करा पण पैसे मिळायलाच हवेत, सांगते. माझा शब्द गेलाय. पन्नास लाखांहून कमी नकोत. नंतर उद्योगपती आणि व्यापाऱ्यांकडून जास्त मिळवीन. मी इकडून तिकडून आणलेल्या काही हजारांवर ती लेडी राव कमिटीत रुबाब करते. मी तर मुख्यमंत्र्याची बायको. मी कसं ते उगीच सहन करीन?

**देसाई** : (फोन लावून) साहेब, आय. जी. पी.

**मुरार** : (रिसीव्हरमध्ये) कोण? बसाळे. आज तुमच्या गलथानपणामुळे दीड तास घेराव पडला आम्हांला. महिला निदर्शकांना उचलायला महिला पोलीसच नव्हत्या. सबबी विचारीत नाही मी. ते पंतप्रधानांच्या पब्लिक मीटिंगचं काय करताय? मीटिंग आहे ते ठाऊक आहे हो, पण बंदोबस्ताचं काय. किती? चार बटॅलियन्स राखीव? आणि साध्या कपड्यातले? जास्त ठेवा. बरेच जास्त ठेवा. बरोबर किती देणार आहात? हवा जरा तंग आहे, उगीच गाफील राहून चालणार नाही. माझी मान जाईल! आणि हे बघा, आपल्या घोषणा ओरडायला भरपूर माणसं लागतील. विरोधकांची निदर्शनं आहेत. आपला आवाज बुलंद उमटला नाही तर पी. एम. नंतर करतील आमची. नाही,

पक्षावर नाही अवलंबून राहायचं. ती वेगळी व्यवस्था होणार. तुमची कामं तुम्ही करा, बसाळे. दुसऱ्यांच्या चौकश्या कशाला करताय? शहर चौकात मोठ्या धडक निदर्शनाचा बेत शिजतोय. त्या जळून मेलेल्या माणसाची राख पी. एम. ना नजर करण्याचा कट चाललाय, कट. आपली माणसं भक्कम हवीत; वेळ प्रसंगी युद्ध करण्याची तयारी हवी. राख नजर होता कामा नये. पंतप्रधानांची गाडी मुळात थांबलीच नाही पाहिजे चौकात. ती जबाबदारी तुमची. गाडीखाली मेला एखादा तर पाहून घेता येईल नंतर. पोलिस लिस्टातले लोक आणा की. वाटलं तर द्या दहा दहा रुपये. कसूर होता कामा नये. दिवस निभलाच पाहिजे. देसाई तुम्हांला भेटतील. त्यांच्या सल्ल्यानं सर्व करा. (रिसीव्हर ठेवतात.)

**मंजुळा** : मग किती लाख द्याल? झोपडपट्टी सुधार-

**मुरार** : (जरा वैतागून) माझे आई, माझ्यापुढे जास्त मोठे प्रश्न आहेत. (देसाई जाणवून संकोचत) आता कसं सांगायचं तुम्हांला. मी बघतो काय ते. झोपडपट्टी सुधार म्हणजे नक्की काय करणार आहात?

**मंजुळा** : सगळ्या झोपडपट्ट्यांभोवती युकॅलिप्टसची गर्द झाडी वाढवणार. झोपड्यांवर चित्रं काढून घेणार. झोपडपट्ट्यांतल्या मुलांना आणि बायांना धडके कपडे वाटणार. युकॅलिप्टसच्या झाडीमुळे झोपडपट्ट्या बाहेरून दिसू शकणार नाहीत. पुन्हा त्यांतली दुर्गंधीही युकॅलिप्टसच्या वासामुळे जाणवणार नाही. त्यातून कुणाचं लक्ष गेलंच तर चित्रांमुळे झोपड्या बाहेरून आकर्षक दिसतील; आणि बायका मुलं कशी व्यवस्थित कपडे घालून सभ्यपणाने हिंडती फिरतील.

**देसाई** : वा, वा. अगदी कायापालटच होईल म्हणा की.

**मंजुळा** : तुम्हांला विचारलं नाही, देसाई.
(फोन वाजू लागतो.)

| | |
|---|---|
| **देसाई** | : (उचलून) येस– |
| **मोगरे** | : (लाइनवर) मी, मोगरे. साहेबांना द्या जरा. |
| **देसाई** | : काय आहे, मला सांगा की. |
| **मोगरे** | : (लाइनवर) साहेब आहेत ना तिथे? |
| **देसाई** | : (नाइलाजाने मुरारावांकडे रिसीव्हर देत) मोगरे जरा जास्तच वागतो कधी कधी, साहेब. |
| **मुरार** | : (रिसीव्हरमध्ये) बोला, कोण? सदावर्ते? कोण सदावर्ते? |
| **देसाई** | : तो साहेब, प्रसिद्धी-प्रमुख. आपण सस्पेण्ड केला नव्हे का. |
| **मुरार** | : (रिसीव्हरमध्ये, स्टिफ्ली) हां. बोला... बोलतोय. (गरम होत) किती वेळा विचारता? हो, सस्पेण्ड केलं तुम्हांला. करा काय तो लेखी खुलासा. चार्जशीट देण्यात येईल नंतर. आरोप? वर तोंड करून विचारताय पुन्हा आणखी? यू-आर-सस्पेण्डेड. खलास. नाही. भेटून उपयोग नाही. उद्या सकाळी चार्ज द्या कुणाला तरी. पुन्हा तुमचं तोंड सचिवालयात दिसता कामा नये, माइंड यू. कविता करा, कविता! (रिसीव्हर ठेवतात.) नॉन्सेन्स! आरोप कोणता, विचारतो. ही बेअदब! <br> (देसाई हे ऐकत खूष. मंजुळाबाई आत गेलेल्या.) |
| **देसाई** | : (मंजुळाबाई बसल्या होत्या तिथला एक अंक उचलून कॅज्युअली पाहत नकळत एकदम) बाप रे. |
| **मुरार** | : काय झालं? |
| **देसाई** | : नाही, काही नाही. हे-वर्तमानपत्रवाले- |
| **मुरार** | : काय झालं आणखी? कुठला अंक तो? गिरिराज! काय शेण टाकलंय त्यानं आणखी? (अपसेट झालेले.) |
| **मंजुळा** | : (अंकाच्याच शोधात आतून आलेल्या) विसरूनच गेले मी. येताना मुद्दाम घेऊन आले- |
| **मुरार** | : (वैतागत) आणणारच. माझ्याविरुद्ध चिखलफेक असते ना त्यात! |

| | |
|---|---|
| देसाई | : तसा नव्हता वहिनीसाहेबांच्या म्हणण्याचा अर्थ– |
| मुरार | : तू बाजू घेऊ नकोस तिची. काय आहे अंकात? |
| देसाई | : (पाहत) काही नाही, गलिच्छ कार्टून आहे– |
| मंजुळा | : (अनावरपणे हसू लागून एकदम थांबत गंभीर चेहऱ्याने) काही नाही. हसू आलं. |
| मुरार | : समजलं. माझं कार्टून आहे. (देसाईला) मजकूर काय आहे, सांग. |
| देसाई | : (त्यातल्या त्यात सौम्य शोधून वाचत) हा सत्तेच्या लोण्यावरचा बोके-मुरारी–हा पा–(अडतो.) काही नाही. हे असंच. नेहमीचंच. दुसरं येतं काय त्याला, साहेब. त्याची लेव्हलच ती. |
| मंजुळा | : माझी तरी मेली हल्ली करमणूकच होऊ लागली आहे त्यानं. रोज उठून काय लावून घेणार? पण विलक्षणच डोकं आहे त्याचं. दर लेखात इतके नवीन शब्द सुचतात तरी कसे याला? |
| मुरार | : (धुमसत) माणसातून उठवला असता – देशोधडीच लावला असता– |
| देसाई | : (अंक व्यवस्थित घडी करून खिशात ठेवीत) पण वेळ कुठे आहे साहेबांना असल्या घुंगरट्यांमागे लागायला? हाथी चालत है अपनी चालसे– |
| मुरार | : (देसाईने अंक खिशात ठेवलेला पाहत) तो अंक वाचायला तुला वेळ आहे, देसाई– |
| देसाई | : (अंक गडबडीने काढून सोप्यावर टाकीत) छे छे साहेब... फेकूनच द्यायचा तर घरी नेऊन कचऱ्यात टाकीन असा विचार केला... आहे काय त्यात वाचण्यासारखं? खोटेनाटे आरोप-बिनबुडाचे... असत्य... ट्रॅश... |
| मुरार | : हिंमत असली तर सरळ आरोप करून बघ म्हणावं. तुरुंगातच |

डांबतो.

| | |
|---|---|
| **देसाई** | : इतकी हिंमत असती तर असल्या लंगोट्या कशाला काढीत बसला असता? (मंजुळाबाईंना) माफ करा हां, वहिनीसाहेब... |
| **मंजुळा** | : (सोफ्यावरचा अंक हात न लावता पाहण्यात गर्क. एकदम बघत) काय झालं? |
| **देसाई** | : जरा अशिष्ट शब्द वापरला- |
| **मंजुळा** | : कुठला? |
| **देसाई** | : हा आपला-लंगोटी- |
| **मंजुळा** | : त्यात काय आहे अशिष्ट? म्हणजे-हल्ली (अंक दर्शवीत) हे असलं सगळं वाच-वाचून मला कशाचं काही वाटेनासंच झालं आहे... |
| **मुरार** | : आत जाऊन चहा पाठवून द्याल का? |

(मंजुळाबाई हो म्हणत आत जातात. उठताना अंक उचलण्याच्या हिशेबात एकदा तो बघतात, पण मग न घेताच आत जातात.)
(देसाईंना) तू जरा आय. जी. पी. बसाळेकडे जाऊन परवाच्या जाहीर सभेच्या बंदोबस्ताचा प्लॅन पाहून ये बरं... जा...

| | |
|---|---|
| **देसाई** | : (उठत) हो... |

(घोटाळत सोफ्यावरचा अंक क्षणभर पाहतो. मग तसाच निघतो.)
गाडी घेऊन जातो.

(देसाई गेलेला. आता मुरारराव एकटे उरतात. सोफ्यावरच्या अंकाकडे ओढल्यासारखे पोचून अंक उचलतात. गडबडीने तो एकदा पाहतात. मग झपाटल्यासारखे वाचू लागतात. मुद्रेवर अनुरूप भाव येतात. मध्येच मुठी वळतात. कपाळावर घाम जमतो. आता टेलिफोन वाजू लागतो. मुरारराव विलक्षण दचकून अंक मागे लपवतात. मग जागच उठून टेलिफोन घेतात.)

| | |
|---|---|
| **मोगरे** | : (लाइनवर) हॅलो, साहेब... |

| | |
|---|---|
| मुरार | : हां, हॅलो. (घसा खाकरतात.) |
| मोगरे | : रावसाहेब भेटीला यायला मागतात. |
| मुरार | : (खून चढल्यासारखे) तो... |
| मोगरे | : (लाइनवर) यायला सांगू त्यांना, साहेब? |
| मुरार | : (राग गिळून) हां. दुसरं काय करणार.<br>(रिसीव्हर ठेवतात. तो पुन्हा वाजत राहतो.)<br>(रिसीव्हर उचलून) आता काय आणखी? |
| मोगरे | : (लाईनवर) टी. टी. आलेत. |
| मुरार | : थांबायला सांगा त्याला. मी कामात आहे.<br>(रिसीव्हर ठेवतात. पुन्हा अंकाकडे येतात. तो फाडण्याचा<br>पवित्रा घेतात. मग बेत बदलून तो व्यवस्थित कुठे तरी लपवतात.<br>चहा घेऊन नोकर आलेला. मुराररराव बसून रागारागानेच चहा<br>घेऊ लागतात. नोकर आत गेलेला. आतूनच सुदाम येतो.) |
| सुदाम | : नमस्कार साहेब. |
| मुरार | : (पाहत) हां... तिकडूनसा आलास? |
| सुदाम | : काही नाही. गाडी तिकडे पार्क केली म्हणून त्या दारानं आत<br>आलो. वाटेत वहिनी भेटल्या म्हणून थांबून जरा गोष्टी केल्या... |
| मुरार | : कसल्या? |
| सुदाम | : आपलं-फर्निचर, पडदे... |
| मुरार | : असं! (चहा घेताहेत. मूड डार्क.) चहा घेणार? |
| सुदाम | : घेऊनच निघालो. पुन्हा चहापानालाच एका ठिकाणी जायचं<br>आहे. पेरावमध्ये विशेष तकलीफ नाही ना झाली? |
| मुरार | : झाली तरी सहन केली पाहिजे. तुझ्या येण्याचं कारण? विधानसभेत<br>तर एकत्र होतो आपण... |
| सुदाम | : हो ना. कारण-खरं म्हटलं तर-तसं काही विशेष नाही... |
| मुरार | : पण काही तरी असेलच. |

| | |
|---|---|
| सुदाम | : हो. जरा सल्ला घ्यायचा होता. |
| मुरार | : माझा? |
| सुदाम | : हो ना, का? |
| मुरार | : काही नाही. |
| सुदाम | : (जरा अस्वस्थ होत) असं का विचारलंत साहेब तुम्ही? जरूर पडली तेव्हा नेहमीच तुमचा सल्ला मी घेत आलो... वडलांच्या ठिकाणी तुम्हांला मानलं... |
| मुरार | : हो ना. हो. विचार काय ते. |
| सुदाम | : (नजरेला नजर न देता) म्हणजे साहेब... अलीकडे मला असा संशय आहे की... (अडखळत) माझा फोन टॅप होतो... |
| मुरार | : अस्सं. |
| सुदाम | : मला वाटतं की असं होत असेल तर हे विलक्षण आहे. ही... तशी सामान्य बाब नव्हे... म्हणजे साहेब मी एक फुलफ्लेज्ड मंत्री आहे...पक्षाच्या कार्यकारिणीचा सदस्य आणि निष्ठावंत कार्यकर्ता आहे-लोकनियुक्त प्रतिनिधी आहे-ब्रिटिश अमलातसुद्धा असं कधी झालं नव्हतं... |
| मुरार | : ब्रिटिश अमलात तू तीनेक वर्षांचा असणार... |
| सुदाम | : तसं नाही म्हणत मी. माझं नाही म्हणत. एकूण सांगतो. एका मंत्र्याचा टेलिफोन टॅप होणं म्हणजे... |
| मुरार | : बरं नव्हे ते. |
| सुदाम | : तरीही हे घडतं... (अडखळत) आणि आपल्याला.... माहीत असलंच पाहिजे हे... |
| मुरार | : कशावरून? |
| सुदाम | : म्हणजे-नसेल तर आपण मला करेक्ट करू शकता - पण गृहखातं आपल्याच हाती आहे... |
| मुरार | : मला काहीच माहिती नाही... |

| | |
|---|---|
| **सुदाम** | : आपण म्हणता तर मानतो मी... |
| **मुरार** | : म्हणता तर मानतो म्हणजे? मानलंच पाहिजे. खोटं कशाला बोलेन मी? मी खोटं बोलतो असं वाटतंय तुला, सुदाम? |
| **सुदाम** | : छे. छे... तसं नव्हे... |
| **मुरार** | : वाटत असलं तर तसा स्पष्ट आरोप कर. |
| **सुदाम** | : नाही... तसा हेतू नव्हता माझा... |
| **मुरार** | : तुझ्या फोनच्या प्रकरणात चौकशी करतो मी. आणखी काही? |
| **सुदाम** | : आणखी... नाही, तसं काही नाही... |
| **मुरार** | : म्हणजे एवढ्याचसाठी आलास तू? |
| **सुदाम** | : आलो सहजच... |
| **मुरार** | : सहजच आलास! बैस तर मग. |
| **सुदाम** | : पुन्हा जायचंही होतंच... चहापानाला... |
| **मुरार** | : जा तर मग. |
| **सुदाम** | : (विलक्षण अस्वस्थ) अजून थोडा वेळ आहे म्हणा... |
| **मुरार** | : एकदाच काय ते ठरव, सुदाम. धरसोड बरी नव्हे. (टेलिफोन वाजतो. रिसीव्हर उचलून) रावसाहेब आले? |
| **मोगरे** | : (लाइनवर) निघाले आहेत, साहेब. पण टी. टी... |
| **मुरार** | : बसवून ठेव. (रिसीव्हर ठेवतात. पानदान घेऊन बसतात. पान करू लागतात.) तुला पान, सुदाम? |
| **सुदाम** | : नको. (हा अस्वस्थच.) |
| **मुरार** | : तुला वाटतं मी तुझा फोन टॅप करीन? |
| **सुदाम** | : (ग्या थेट प्रश्नाने गडबडून) अं? छे छे साहेब - नाही  अगदी नाही- |
| **मुरार** | : कशावरून तुला खात्री वाटते? |
| **सुदाम** | : खात्री - म्हणजे... |
| **मुरार** | : तुला तेवढीशी खात्री वाटत नाही. |

| सुदाम | : (अडखळत) खरं म्हणजे... फोन टॅप होतो हे खरं आहे- मी त्याबद्दल खात्री करून घेतली आहे. |
|---|---|
| मुरार | : आणि फोन टॅप माझ्या अखत्यारातच होत असला पाहिजे- (सुदाम बोलण्याचा प्रयत्न करतो. गप्प राहतो.) बोल की. मी तुझा फोन टॅप करण्याची व्यवस्था केली असली पाहिजे असं तुला वाटतं, आणि म्हणून तू आता आलास. का ते विचारायला. (सुदाम चुळबुळतो आहे.) |
| मुरार | : हे संशयपिशाच्च एकत्र काम करणारात बरं नव्हे, सुदाम. |
| सुदाम | : (जरा इरिटेटेडली) तेच म्हणतो मी- |
| मुरार | : तरी तुला माझ्याबद्दल संशय वाटला. तुझ्या वडलांच्या ठिकाणी असलेल्याबद्दल! |
| सुदाम | : मी तरी काय करणार, त्याला तसं कारण होतं- |
| मुरार | : बरोबर आहे. तुझा फोन टॅप होतो, सुदाम. माझ्या ऑर्डर्स आहेत तशा. |
| सुदाम | : (उठत) त्या कशाबद्दल? |
| मुरार | : मंत्रिमंडळातल्या प्रत्येकाचा फोन टॅप करण्याच्या ऑर्डर्स आहेत माझ्या. |
| सुदाम | : माझासुद्धा? ज्याने तुम्हांला निष्ठा दिली... |
| मुरार | : त्याला त्याचा मोबदलाही मिळाला. उपमंत्र्याचा मी तुला फुलफ्लेज्ड मंत्री केला. आधीच्या मुख्यमंत्र्यांशी केलेल्या बेइमानीचं बक्षीस. |
| सुदाम | : ती सर्वांनी केली. |
| मुरार | : नाही कोण म्हणतो. म्हणूनच सर्वांचे फोन टॅप करण्याच्या माझ्या ऑर्डर्स आहेत. एकदा बेइमान झाला तो पुन्हा बेइमान होऊ शकतो, सुदाम. |
| सुदाम | : (ऑजिटेटेडली) हे तुम्हांलाही लागू होईल... बेअदबीबद्दल माफ करा मला- |

| | |
|---|---|
| **मुरार** | : मुद्दा तूर्त तो नाही, कारण मी मुख्यमंत्री आहे. उद्या माझा पाडाव करून तू मुख्यमंत्री झालास म्हणजे तुलाही मग बेइमानीचा प्रश्न राहणार नाही. पण तोपर्यंत मला तुझ्यावर नजर ठेवलीच पाहिजे. |
| **सुदाम** | : म्हणजे सगळा विश्वासच संपला म्हणायचा– |
| **मुरार** | : तो मुळात सगळा नव्हताच, सुदाम. सौदेबाजीत शंभर टक्के विश्वासाने जगायला माझ्या फेरीवाल्याच्या धंद्यानं मला शिकवलं नाही. मात्र इतरांएवढा तुझ्याबद्दल मला अविश्वास नव्हता, कारण काही काळ तरी तुला माझ्या आधारानं वाढणं भाग होतं. आता त्या आधाराची गरज संपली आहे. |
| **सुदाम** | : साहेब... (भावनातिरेकाने व्हावा तसा गप्प होतो.) |
| **मुरार** | : एरवी रावसाहेबाच्या सत्काराच्या सभात तू व्यासपीठावर मिरवला नसतास. रावसाहेबाच्या तत्त्वनिष्ठेची आणि सेवेची तोंडभर जाहिरात करणारी भाषणं ठोकली नसतीस– |
| **सुदाम** | : पण... तो एक सामाजिक शिष्टाचार होता... |
| **मुरार** | : तेच. माझी परवानगी न घेता तो पाळण्याचं तुला आता सुचू लागलं. |
| **सुदाम** | : साहेब, तुम्हांला माहिती आहे की रावसाहेबांचं आणि माझं राजकीय बाबतीत कधीही बनणं शक्य नाही-माझं त्यांच्याविषयीचं खरं मत सुद्धा तुम्ही जाणता... |
| **नुरार** | : माझ्याविषयीचं तुझं खरं मत कदाचित् तोही जाणत असेल. पण मला ते कुठं माहीत आहे? ते कळावं म्हणून फोन टॅप करण्याची व्यवस्था करावी लागली. |
| **सुदाम** | : (पुन्हा उठत) निघतो मी... उशीर होईल... (रावसाहेब येतात. हाती चांदीच्या मुठीची काठी.) |
| **रावसाहेब** | : (वाकून) रामराम, रामराम मुरारराव. काय सुदामराव. |
| **मुरार** | : (सुदामला बाजूला घेऊन खासगी स्वरात) तर पुन्हा आपण |

बोलूच त्याबद्दल. तूर्त जास्त कमी काही नकोय. आपली पॉलिसी
जैसे थे. काय?

(सुदाम न कळून हे ऐकतो.)

ये तू आता सुदाम.

(रावसाहेब टवकारून पाहत आहेत. सुदाम जातो.)

रावसाहेब : आज विरोधी पक्षाला अगदी दाराशीच बसवलंत, मुरारराव?

मुरार : ज्याची त्याची योग्य जागा त्याला कधी तरी दाखवावी लागते.
आज इकडे कुठे येणं केलंत?

(मंजुळाबाई बाहेर आलेल्या रावसाहेबांना पाहून परत आत
जातात.)

रावसाहेब : काही नाही, या बाजूनं जात होतो; म्हटलं जरा बसून जावं.
काय, बायकांच्या घेराबात सापडलात म्हणे? वाईट नाही.

मुरार : खरं म्हणजे तुम्हीच असायला हवे होता आमच्या जागी.

रावसाहेब : आम्हांला कोण विचारतो आता, मुरारराव. आम्ही तसे संपल्यातच
जमा–

मुरार : होम डिपार्टमेंटचा गुप्त रिपोर्ट तसा नाही.

रावसाहेब : इतकी बारीक नजर आहे का आमच्यावर?

मुरार : मंत्री आहात ना तुम्ही. तुमचं संरक्षण हे सरकारचं पहिलं काम
आहे, रावसाहेब.

रावसाहेब : आपली कृपा, साहेब. वास्तविक सरकारचं पहिलं काम राज्याच्या
मुख्यमंत्र्यावर निर्गल आरोप करणारांना अद्दल घडवणं, हे
असलं पाहिजे. भारी वाईट लिहितो म्हणे तो गिरिराजवाला
तुमच्यावर. दाखवत होतं कुणी तरी अंक आज, पण आपण
काही तो वाचला नाही. असल्या गटारगंगेत कोण हात बुडवतो
उगीच? कार्टूनही आहे म्हणे वाह्यात स्वरूपाचं. पाहिलं की
नाही तुम्ही?

**मुरार** : नाही बुवा. त्यात घालवायला माझ्यापाशी वेळ नाही.

**रावसाहेब** : अगदी योग्य. पण याबद्दल काही तरी ॲक्शन घेण्याची वेळ आता आली आहे. म्हणजे कुठल्याही गोष्टीला एक हद्द असते–

**मुरार** : असं म्हणता?

**रावसाहेब** : हा चावटपणा थांबलाच पाहिजे. केस भरावी त्याच्यावर. अरे, किती झालं तरी राज्याचा आमचा मुख्यमंत्री आहे–

**मुरार** : असं वाटतं तुम्हांला?

**रावसाहेब** : नाही तरी विरोधकांना जरा सैलच सोडता तुम्ही मुरारराव– म्हणजे ती लोकशाही वगैरे ठीक आहे, पण–म्हणजे किती?

**मुरार** : बरोबर आहे, किती?

**रावसाहेब** : तुम्ही ॲक्शन घ्याच- गय करू नका-फिर्याद ठोका बदनामीची-

**मुरार** : त्याने खप वाढेल म्हणता त्या अंकाचा?

**रावसाहेब** : आं? खप...

**मुरार** : ती गलिच्छ टीका आणखी लोक जिभल्या चाटीत वाचू लागतील- बदनामीच्या फिर्यादीत आमची आणखी अब्रू निघेल- विरोधकांची आणखी चंगळ होईल- मुख्यमंत्रीपदावरून आमची कदाचित् उचलबांगडीही होऊ शकेल–

**रावसाहेब** : तसा आमच्या बोलण्याचा रोख नव्हता–

**मुरार** : पण खरं आहे की नाही हे? रावसाहेब, तुमच्या सल्ल्याबद्दल मात्र मी आभारी आहे. आमच्यावर तुमचा भारीच लोभ.

**रावसाहेब** : चालायचंच–

**मुरार** : गुप्त रिपोर्टातसुद्धा त्याचे भरपूर प्रत्यय मिळतात आम्हांला. आम्हांला धन्य वाटतं.

**रावसाहेब** : (विषय चुकवीत) मातुश्री कुठं दिसल्या नाहीत?

**मुरार** : तुमच्या मातुश्री ना? आहेत आत.

**रावसाहेब** : (उठत) बरं. प्रणाम सांगा. सहज आलो होतो. पण विरोधकांच्या

बाबतीत तुम्ही जास्त कडक धोरण स्वीकारलं पाहिजे असं मात्र
आम्हांला वाटतं मुरारराव.

मुरार : विरोधक म्हणजे विरोधी पक्षातले की घरभेदेसुद्धा
(काही क्षण चमत्कारिक स्तब्धता. एकदम फोन वाजू लागतो.)

रावसाहेब : (सुटल्यासारखे) फोन वाजतो आहे.

मुरार : (जाऊन रिसीव्हर घेत) येस मोगरे?

मोगरे : (लाइनवर, अवघडला) साहेब...

मुरार : टी. टी. ना? पाठवा त्यांना आत. (रिसीव्हर ठेवतात.) विरोधी
पक्षातल्या विरोधकाला बोलावून घेतलं.

रावसाहेब : फारच ताटकळवलंत.
(टी. टी. येतात.)

मुरार : या टी. टी.! माफ करा हां, तुम्हांला जरा थांबावं लागलं-
(टी. टी. काही बोलत नाहीत. खिशातून एक छोटी पुडी
काढून पुडीतले अंगारावजा काही रावसाहेबांच्या कपाळी लावतात.)

रावसाहेब : कसली, सत्य साईबाबांची का? अखेर तुम्हीही या मार्गाला
आलात...
(टी. टी. मुराररावांच्या कपाळीही तो लावतात.)

टी. टी : काय करणार.

रावसाहेब : चांगलं आहे, छान आहे. आयुष्यात कसली तरी श्रद्धा हवीच.
बरं, निघतो आम्ही मुरारराव. सूचना केली तिचा शक्य तर
विचार करा. राज्याचं आणि पक्षाचं हित नजरेसमोर असल्यानेच
सूचना करावीशी वाटली... चुकलंही असेल आमचं... येतो.
(वाकून प्रणाम करून जातात.)

मुरार : काय टी. टी., हल्ली पुष्कळ दिवसांत फिरकला नाहीत या
बाजूला...

टी. टी. : इथे एक मित्र रहात असत आमचे. हल्ली ते इथं रहात नाहीत.

मुरार : (हे आवडलेले नाही.) असं? कुठं गेले ते?

टी. टी : कुणास ठाऊक कुठं गेले. इथं नसतात एवढं खरं.

मुरार : मग आज चुकूनच आलात वाटतं?

टी. टी. : नाही, मित्रांना भेटायला आलो नाही. मुख्यमंत्र्यांना भेटायला आलो.

मुरार : असं असं. काय काम काढलं मुख्यमंत्र्यांकडे?

टी. टी. : एक काम झालं आहे.

मुरार : कसलं? (जरा थांबून) तो अंगारा?

टी. टी. : हो. (उरलेली पुडी काढून देत) हा उरलेला असू द्या. पंतप्रधानांसाठी.

मुरार : पंतप्रधानांसाठी?

टी. टी. : पवित्र अंगारा आहे. कोण्या बाबाचा नव्हे. स्वत:ला जिवंत जाळून घेतलेल्या एका नागरिकाचा. या देशाच्या एका अभागी प्रजाजनाचा.

मुरार : (उठून उभे. तीव्र स्वरात) टी. टी.!

टी. टी. : विरोधकांचं हे आणखी एक गलिच्छ कारस्थान असल्याचं तुम्ही यानंतर म्हणणार असाल. पण तसं म्हणून त्या बिचाऱ्याच्या मरणाची थट्टा करू नका, मुरारराव. त्याला त्याच्या परिस्थितीनं ते करायला लावलं आणि ती परिस्थिती या देशाच्या आणि राज्याच्या सरकारनं निर्माण केलेली आहे.

मुरार : दुष्काळ सरकारनं निर्माण केला?

टी. टी. : होय. धान्याचा नव्हे. तो आपल्याकडे दर वर्षी कुठे ना कुठे पडतच असतो. त्याने काही कुणी निराश होऊन जाळून घेत नाही. तसा आपल्या देशातला माणूस फार चिवट आहे. पण तुम्ही दुष्काळ निर्माण केलात तो आशेचा.

मुरार : तसं तुम्ही लोक म्हणणारच. तुमचं फावतं ना त्यामुळे. सरकारनं

केलेल्या गोष्टींकडे दुर्लक्ष करून न केलेल्या गोष्टींचं भांडवल करणं हे तर तुमचं राजकारण!

टी. टी.   : तसे सरकारनं केलेल्या गोष्टी देखील आम्ही विसरत नाही. उदाहरणार्थ, सत्तावीसचा गोळीबार.

मुरार   : (अनावर रागाने) तो करण्याची परिस्थिती तुम्ही विरोधकांनी पद्धतशीरपणे आणलेली आहे टी. टी.

टी. टी.   : का नाही. या सरकारला कोणत्याही मार्गांनी बदनाम करून सत्तेवरून खाली खेचावं हे तर आमच्या अस्तित्वासाठी आज आम्हांला जरूरच आहे. पण म्हणून सरकारनं डोकं गहाण टाकून गोळीबार करणं कसं समर्थनीय ठरतं?

मुरार   : कायदा आणि सुव्यवस्थेच्या दृष्टीने ते अपरिहार्य झालं. नाहीतर काय दंगेखोरांचे मुके घेऊन त्यांना मिठ्या मारायच्या होत्या पोलिसांनी?

टी. टी.   : ठार झालेले दंगेखोर होते? लंगडा भिकारी, सात वर्षांचा पोरगा, घराच्या दारात बसून तांदूळ निवडणारी गृहिणी...

मुरार   : एकदा गोळीबार करावा लागल्यानंतर प्रत्येक गोळी काही नेम धरून मारली जाऊ शकत नाही. त्यात तो भाग दाट वस्तीचा होता, हे तुम्ही जाणता टी. टी. आणि तरी जाणून बुजून बोंबाबोंब चालवली आहे तुम्ही लोकांनी.

टी. टी.   : पुन्हा तेच. आम्ही तर जाणून बुजून बोंबाबोंब करतोच आहोत. पण तुमचा माथेफिरूपणा त्यामुळे कसा लोकहिताचा ठरणार? शिवाय परवाने प्रकरण...

मुरार   : त्याची चर्चा इथे नको आहे.

टी. टी.   : याची चर्चा विधानसभेतही तुम्ही घडू दिली नाहीत.

मुरार   : तो सभापतींचा निर्णय होता.

टी. टी.   : सभापती तुमचा होता.

**मुरार** : हा सभापतींवर निरर्गल आरोप होतो आहे...

**टी. टी.** : पण तो खरा आहे.

**मुरार** : हा आरोप जाहीरपणे करा असं मी तुम्हांला आव्हान देतो, टी. टी...

**टी. टी.** : असली आव्हानं स्वीकारून खुळ्यासारखं जेलमध्ये जाऊन बसण्याची आमची इच्छा नाही. पण आरोप खरा आहे हे तुम्ही जाणता मुरारराव. उगीच नाकारण्यात काय अर्थ आहे? आणि परवाने प्रकरण देखील खरं आहे.

**मुरार** : ह्याचसाठी इथं आज आलात? इतक्या दिवसांनी?

**टी. टी.** : येण्याचं दुसरं कारण हे आहे. मी तुम्हांला एक दोन पूर्वसूचना देण्यासाठीही आलो आहे.

**मुरार** : 'मैत्री' च्या सूचना?

**टी. टी.** : नव्हे, नुसत्याच पूर्वसूचना. आमचे मित्र आजकाल इथं राहत नाहीत. पूर्वसूचना माननीय मुख्यमंत्र्यांना.

**मुरार** : कसल्या?

**टी. टी.** : जाळून घेतलेल्या माणसाची रक्षा घेऊन परवा आम्ही पंतप्रधानांच्या गाडीपुढे आडवे पडणार आहोत. ती रक्षा पंतप्रधानांनी कपाळी लावून घ्यावी अशी आमची मागणी राहील.

**मुरार** : ते तुम्हांला करू दिलं जाणार नाही. चोख व्यवस्था राहील त्याची.

**टी. टी.** : ते आम्ही करणार आहोत. आमचीही व्यवस्था चोख आहे. तसंच परवाने प्रकरणात व्यवस्थित चर्चा घडू दिली जाईपर्यंत विरोधी पक्ष विधानसभा आणि विधानपरिषदेचं काम काय वाटेल ते झालं तरी चालू देणार नाहीत असा निर्णय आज आम्ही घेतला आहे. उद्यापासून हा निर्णय अमलात राहील. आम्ही गोंधळ घालणार आहोत.

| | |
|---|---|
| **मुरार** | : (रागाने खदखदत) ठीक आहे. इशाऱ्याबद्दल मुख्यमंत्री आपले आभारी आहेत. |
| **टी. टी.** | : यात अनेक विधायक बिलं अर्थातच निष्कारण रखडणार आहेत... |
| **मुरार** | : त्याची तुम्हांला का फिकीर? |
| **टी. टी.** | : तुमच्यासारखे अजून आम्ही निर्ढावलो नाही म्हणून. लोकांनी आम्हांला त्यांच्या कामासाठी निवडून दिलं आहे याची आम्हांला थोडीफार जाणीव आहे. |
| **मुरार** | : आमच्या लोकहिताच्या गोष्टींवरसुद्धा जहरी टीकेचा पाऊस पाडता ही त्याचीच खूण? |
| **टी. टी.** | : ती टीका हेतूंवर असते, गोष्टींवर नसते. म्हणजे ती टीका तुमच्यावर असते. |
| **मुरार** | : म्हणजे आम्ही लोकांचं भलं केलं तर ते तुम्हांला नको– |
| **टी. टी.** | : कारण तुम्ही टिकण्यात शेवटी लोकांचं भलं नाही असं आम्ही मानतो. जे सरकार निरपराध लोकांना गोळ्या चारतं, माणसं जिवंत जाळून घेतात तरी बेकदर राहतं, समाजातले करप्ट धनिक आणि बडे गुन्हेगार यांनी संरक्षण देतं आणि त्यांच्याच जिवावर चालतं त्या सरकारचे लोकहिताचे पवित्रे तद्दन मतलबी आणि फसवेच असणार. |
| **मुरार** | : तुम्ही या सत्तेवर म्हणजे मग कळेल! बेजबाबदार विधान करणं सोपं आहे... |
| **टी. टी.** | : तुम्ही खाली करा की खुर्च्या, आम्हांला एकदा सत्तेवर येऊ देऊन एक्स्पोज करण्यासाठी. त्यासाठी सुद्धा खुर्च्या सोडण्याची तुमची तयारी नाही. अरे तुमची वस्त्रं हिरावून घेतली तरी खुर्ची घट्ट पकडून राहणार तुम्ही... नागवे राहाल पण सत्तेविना नाही राहणार तुम्ही– |
| **मुरार** | : (पुरते डोके जाऊन वरच्या पट्टीत) स्टॉप इट! स्टॉप इट आय |

से! (अस्तन्या सावरीत पुढे होत) साला भेनचोद! बंद करो
बकवास नही तो...

टी. टी.     : अरे होऊन जाऊ द्या, मीही कच्च्या गुरूचा चेला नाही.
            (दोघांचे द्वंद्वयुद्धाचे पवित्रे. नोकर येऊन गडबडीने डोकावतात.
            मंजुळाबाई येतात आतून हे ऐकून.)

मंजुळाबाई   : (पाहत) काय झालं? कोण? टी. टी.?

टी. टी.     : (अवसान टाकून) नमस्कार वहिनी.

मंजुळा     : काय चाललं होतं? का भडकवलंत यांना? (मुराररावांना)
            तुम्ही शांत व्हा बरं. रक्तदाबाचा त्रास होतोय तरी कशाला
            संतापलात? डॉक्टरांनी काय सांगितलंय? अगदी शांत राहा.
            बसा इथे आणि पुकाट राहा डोळे मिटून दहा मिनिटं. (त्यांनी
            एकीकडे बसवतात.) (टी. टीं. ना जर बाजूला घेऊन) तुम्हांला
            कसं कळत नाही टी. टी. की आधीच राज्याची जबाबदारी
            यांच्या डोक्यावर, त्यात नको त्या वेळी येऊन माणसाला
            उगीच भडकवू नये म्हणून?

टी. टी.     : मी त्यांना भडकवलं नाही. ते भडकले. मी केवळ काही
            मामुली सत्यं त्यांना ऐकवत होतो.

मंजुळा     : पण तूर्त नाही ऐकवलीत तर काय बिघडेल? रक्तदाब वाढू
            लागलाय अलीकडे त्यांचा फार.

टी. टी.     : आमचाही वाढू लागलाय. परवाच चेकप करून घेतला.

मंजुळा     : मग तर तुम्ही जास्तच काळजी घ्यायला हवी. (काही सुचून
            उत्साहाने) मी म्हणते-तुम्ही असं का करीत नाही?

टी. टी.     : कसं?

मंजुळा     : तुम्ही-म्हणजे, विरोधी पक्ष-वर्षभर तुमचा विरोध जरा तहकूब
            का ठेवीत नाही?

टी. टी.     : असं म्हणता?

मंजुळा : फार नको. वर्षभर. मला तर वाटतं रोज उठून विरोध करून कुणाचा झाला तरी रक्तदाब वाढणारच.

टी. टी. : डोकीसुद्धा बिघडायला येतात. रोज तेच आरोप, तसलेच पुरावे. पण या लोकांवर काही परिणाम आहे म्हणता? नाव नको.

मंजुळा : म्हणूनच म्हणते, तूर्त वर्षभर तरी सगळा विरोध तुम्ही लोक बंद ठेवून बघा.

टी. टी. : आणि यांना काय करायचं ते बिनबोभाट करू देऊ?

मंजुळा : नाहीतरी काय परिणाम होतो? तुम्हीच म्हणालात की नाही? तुमच्याच जिवाला ताप.

टी. टी. : पुन्हा वर्षभर समजा सर्व काही मनसोक्त करायला मिळालं; तर करून करून थकतील सुद्धा हे. खात्री नाहीच, पण एक संभव. अजीर्ण झालं की माणसाची खाण्यावर काही काळ वासना रहात नाही, म्हणे. तसा काही दिवस तरी यांचा कारभार नाइलाजाने स्वच्छ राहील!

मंजुळा : कसं बोललात? मग कधीपासून ठरवता सांगा.

टी. टी. : मी कोण ठरवणार? आमची इतर मंडळी आहेत ना रोज उठून सरकारला विरोध करून विरोधाचीच सवय झालीय त्यांना. एकमेकांनासुद्धा कायम विरोध!

मंजुळा : त्यांची समजूत काढा.

टी. टी. : असंच करा ना वहिनी. तुम्हीच एकदा येऊन का करत नाही हे?

मंजुळा : पण मी येणं बरं दिसणार नाही. मुख्यमंत्र्यांची बायको विरोधी पक्षांच्या सभेत म्हणजे यांच्या इमेजच्या दृष्टीने कसं दिसेल सांगा ते?

टी. टी. : ते खरंच. पण असं जाहीर करावं नंतर, की माझे पती माझ्या भूमिकेशी सहमत नाहीत. एक व्यक्ती म्हणून माझी वेगळी

भूमिका मी मांडते आणि ती मांडण्याचा हक्क मला आहे. किंवा हवं तर वेषांतर करून या गुप्तपणे.

**मंजुळा** : (उत्साहाने) जमेल मला ते? शाळेत नाटकात कामं करत असे.

**टी. टी.** : मुख्यमंत्र्यांच्या बायकोला काय जमणार नाही? मनात आणाल ते कराल तुम्ही. आताच नाही का, देशात न मिळणाऱ्या कितीतरी गोष्टी मिळवल्या आहेत तुम्ही.

**मंजुळा** : मिळवल्या नाहीत काही, त्या आल्या. हे मुख्यमंत्री म्हणून देतं कुणी कुणी. नको म्हटलं तर ऐकतात थोडेच?

**टी. टी.** : खरंच आहे.

**मंजुळा** : यांना माहीतसुद्धा नसतं एकेकदा. मलाच घ्यावं लागतं. त्यांना सांगू नका हं. खरं म्हणजे कुठेच बोलू नका. उगीच बभ्रा.

**टी. टी.** : अगदी नाही बोलणार. पण कोण कोण येतं वहिनी या वस्तू घेऊन इथे?

**मंजुळा** : कुठे सांगणार नाही?

**टी. टी.** : नाही.

**मंजुळा** : पण नकोच.

**टी. टी.** : सांगा की–

**मंजुळा** : नानालाल जमनादास, झालंच तर युनस महंमद, अशोक शेठिया, पुष्कळ येतात. चांगले आहेत सगळे.

**टी. टी** : असणारच. आणखी?

**मंजुळा** : नको, इतकेच पुरेत.

**टी. टी.** : तरी पण?

**मंजुळा** : जाऊ दे ना. नावात काय आहे?

**टी. टी.** : काही नाही. (उठतात.) बरं वहिनी. निघतो मी आता.

**मंजुळा** : मग मी येऊ म्हणता सभेत? तसं भाषण आगाऊ तयार करायला लागेल मला-

| | |
|---|---|
| **टी. टी.** | : भाषणाच्या तयारीला लागा तुम्ही. फुकट जाणार नाही. आणखी कुठे उपयोगाला येईल. |
| **मंजुळा** | : दुसरं काही नाही, यांच्या डोक्याचे ताप जरा कमी झाले तर पाहते आहे. |
| **टी. टी.** | : रास्तच आहे. |
| **मंजुळा** | : आणखी एक माझ्या मनाशी होतं. विचारू? |
| **टी. टी.** | : बेशक. |
| **मंजुळा** | : दुसऱ्या कुणाला विचारावं तर काय म्हणतील पंचाईत. काय हो, ही नटी तिलोत्तमा कशी असते? |
| **टी. टी.** | : नटी तिलोत्तमा? का बुवा? नटीशी चौकशी? |
| **मंजुळा** | : उगीच. कशी आहे ती? |
| **टी. टी.** | : काही माहीत नाही. तुमच्या नवऱ्यामागे लागण्यात या नट्यांची चौकशी करायला वेळ कुठे उरतो आम्हांला? पण नटी आहे त्याअर्थी सुंदर असणार. |
| **मंजुळा** | : तरुण पण असेल? |
| **टी. टी.** | : नक्कीच. सेक्सीसुद्धा. |
| **मंजुळा** | : मग बरोबर. |
| **टी. टी.** | : काय? काय बरोबर? |
| **मंजुळा** | : काही नाही. हे पेपरवाले काहीबाही छापतात हो. आज त्या गिरिराजमध्ये वाचलं. |
| **टी. टी.** | : याबद्दल? |
| **मंजुळा** | : तुम्ही वाचलं नाहीत? हे - आणखी ती – एका उंची हॉटेलात- पुढचं बोलवत नाही. किती झालं तरी आपण सभ्य माणसं ना? पेपरवाल्यांच्या तोंडी कोण लागणार? पण यांची सगळी फजिती झाली असं छापलंय. यांचं एक वय झालं. पण म्हणजे चीफ मिनिस्टरबद्दल असलं कसं छापू शकतात हे लोक? |

**टी. टी.** : यांना तुरुंगात डांबलं पाहिजे. तुम्ही सांगा मुराररावांना.

**मंजुळा** : सरळ नावंबिवं घेतात.

**टी. टी.** : कमाल आहे त्यांची.

**मंजुळा** : मी स्वत:च केस करीन म्हणते. नाहीतरी मी चीफ मिनिस्टरची बायको आहे. मला माझ्या नवऱ्याच्या इमेजचा काही अभिमान असला पाहिजे की नाही?

**टी. टी.** : तर! मग निघू मी आता?

**मंजुळा** : निघा. तुमच्या विरोधी लोकांची मीटिंग बोलवाल तेव्हां कळवा.

**टी. टी.** : कळवतो.

(टी. टी. जातात. फोन वाजू लागतो. मंजुळाबाई फोन घेतात.)

**मंजुळा** : (रिसीव्हरमध्ये) हॅलो – चीफ मिनिस्टर नाहीत– नाही म्हणजे नाही, एकदा सांगितलं ना? मग? मी त्यांची बायको बोलते आहे. तुम्ही कोण? कोण नानालाल? नानानाल जमनादास? (एकदम लक्षात येऊन) हो हो. तुम्ही होय, ते नानालाल? कसं चाललंय? पकडलं होतं? जामीनावर सुटला? तुमच्यासारख्यांना पकडतात म्हणजे कमालच झाली या पोलिसांची! हिऱ्याची अंगठी ना? बरोबर बसली. सुंदरच आहे. यांना भेटायचंय?

या ना, या. कधी येता? हो, हो, रात्री उशिरा ना? या की. बाजूचं दार? उघडं ठेवते. तुमच्यासारख्यांना आमच्या बंगल्याची सगळी दारं नेहमीच उघडी आहेत, नानालाल. या. हो, सांगून ठेवते. अच्छा, (रिसीव्हर ठेवतात.)

(काळोख.

उजेड.

तोच दिवाणखाना. एकजण पाठमोरा बसलेला अंधुक प्रकाशात सिग्रेट ओढत. घड्याळाची टिकटिक. मुरारराव येतात.)

| मुरार | : (मोठा दिवा लावीत.) काय नानालाल. |
| | (तो एकजण वळतो. नाकावर गॉगल. दाढी नाही. प्रथम ओळखू येत नाही.) |
| मुरार | : (दचकून) कोण? (अंगाला कापरे.) कोण-कोण तुम्ही? |
| सिंदकर | : पहेचाना नही प्यारे? |
| मुरार | : प्यारे? कोण प्यारे? |
| सिंदकर | : तुझ्या आयुष्याचा पार्टनर. |
| मुरार | : कसला पार्टनर? कोण पार्टनर? |
| सिंदकर | : मी तुझा भाऊ. जेवण येईल ते दोघे खाऊ आणि सुखाने ढेकर देऊ. |
| मुरार | : शुद्ध पागल दिसतोस. |
| सिंदकर | : आणखी तू, हिरवा डांबीस्स. (हसतो रहस्यपूर्ण.) |
| मुरार | : तोंड संभाळून बोल... नानालाल कुठे आहे? |
| सिंदकर | : (पाठीत धक्का घालीत) अबे छोडो यार नानालालकी बात... |
| मुरार | : (दूर होत) कुणाच्या पाठीत धक्का घालतोस? आणि वर अशिष्ट भाषा? |
| सिंदकर | : (लाडाने गळपट्टी धरून) मारू का? मारू? क्यों बे? इतने दिनके बाद मिलता है तो भी अकडूगिरी करता है क्या? (गळपट्टी सोडून) पान काढ. |
| मुरार | : नोकर नव्हे... |
| सिंदकर | : खालीपिली बकबक मत कर यार, पान बनाव. बनाव तो. |
| मुरार | : तू...(ओळखून) सिंदकर? भाऊ सिंदकर? |
| सिंदकर | : तो क्या उसका बाप? (गळ्यात हात टाकतो.) कितने दिनके बाद मिले हम, ना? |
| मुरार | : (सोडवून घेत) हात काढ आधी गळ्यातला. |
| सिंदकर | : (काढीत) अच्छा यार, हा काढला. पण फार खुषी झाली तुला |

भेटून. भेटायचं भेटायचं म्हणत होतो सारखं, पण जमतच नव्हतं. तडीपार होतो.

मुरार : तडीपार?

सिंदकर : एक दोन मारामाऱ्या केल्या. पोलिसांनी तडीपार केलं. आज मुदत संपली. म्हटलं प्रथम तुला भेटावं.

मुरार : राज्याच्या मुख्यमंत्र्यांशी एकवचनात बोलतोस तू.

सिंदकर : आपण परमेश्वराशीसुद्धा तसंच बोलतो. एकवचनात. अरे तुरे आणि तू तर माझा पार्टनर. माझा दोस्त. माझा भाऊ. एका ताटात जेवू. (हसतो.) आपल्याला सारखी आठवण यायची त्या तुझ्या-माझ्या भेटीची. मजा आला मोठा.

मुरार : काय काम आहे माझ्याकडे?

सिंदकर : गोली मार यार कामाला. इतक्या दिवसांनी भेटल्याचंच फार मस्त वाटतं आहे.
(एकदम मुरारावांना ट्रिप करून आडवे पाहून उरावर स्वार. आणि हसत) असंच मला पाडलं होतंस तू त्या रात्री, आठवतं?

मुरार : (धाप घालत) आधी बाजूला हो तू. बाजूला हो. कुणी पाहील.

सिंदकर : (उठून दूर होत) हां, झालो यार. सगळं आठवतं आहे. (इकडे तिकडे फिरतो आहे.) तुला आठवतं?

मुरार : (कसेबसे उठून कपडे झाडीत) काय काम असेल ते सांग आणि इथून जा. मला जास्त वेळ नाही.

सिंदकर : इतक्या रात्रीसुद्धा तुला वेळ नाही? (गालावर चापट मारीत) काय रे मुरारी?

मुरार : (गाल झाडीत) मुरारराव.

सिंदकर : एका जगण्यातले पार्टनर आपण आणि तू मुरारराव आणि मी नुसता भाऊ? तू मुख्यमंत्री आणि मी तडीपार गुंड? साला भन्नाट एकदम! आपला एक फोटोच काढून घेऊ.

**मुरार** : काम असेल तर सांग नाहीतर चल तू इथून.

**सिंदकर** : कुणापुढे गमज्या करतो रे तू, मुऱ्या? साला माझ्यामुळे तू आहेस. आपण तुला किडनी दिली म्हणून तू जगलास.माझ्याच किडनीवर जगून माझ्याशी अकडूगिरी करतो? ए-क दीन...
(हात उगारतो. मुरारराव मागे हटतात. भाऊ हात खाली करून हसत) डरपोक! आपण शूर आणि साला तू मुख्यमंत्री असून इतका डरपोक? आपला पार्टनर? (खिशातून चार मिनार सिग्रेटचे पाकीट काढून एक सिग्रेट तोंडात धरतो आणि मुररावांना ऑफर करीत) घे. सिग्रेट घे. घे यार. तू पान नाही दिलंस तरी आपण तुला सिग्रेट देतो. घे. (दरडावून) घे!
(मुरारराव गडबडीने घेतात. भाऊ स्वत:ची पेटवतो. मुराररावांची पेटवतो.)

**सिंदकर** : (झुरका मारून) आता मला मस्त वाटलं. कसं काय चाललंय तुझं? पैसा-पाणी सब जोस में चला है न? मजा येते का मुख्यमंत्रीगिरी करताना? काय रे, किती पैसा केला? दोन चार करोड? मग? पाच-पन्नास लाख? साला आपण कुठे बोलणार नाही यार... स्वत:कडे तरी खरं बोल. आपण तुझे भाग आहोत ना? तू काय म्हणाला होता, आहे ठाऊक? शरीरं दोन, आत्मा एक! आत्मा म्हणजे? किडनी. तर इस्टेट किती केली? लफडीबिफडी? त्या परवान्याच्या का कसल्या लफड्यात किती केले तू?

**मुरार** : गोळी... गोळी नाही वाटतं तुझ्याकडे? गोळी?

**सिंदकर** : का? तुला हवी? तुझ्याकडे दुसरी गोळी! (बंदूक उडवल्याचा आविर्भाव.) साला एकदम वर नेणारी. सात वर्षांच्या पोराला गोळी घालतो तू. घरात तांदूळ निवडणाऱ्या बाईला पण म्हणे एकदम वर पाठवून देतो. साला लंगड्या भिकाऱ्याला पण गोळी?

| मुरार | : त्या गोळ्या मी मारल्या नाहीत. |
|---|---|
| सिंदकर | : हॅट साला, कबूल करण्याची पण हिंमत नाही तुझ्यात! |
| मुरार | : हिंमतीचा सवाल नाही हा. प्रत्येक गोळीबाराच्या वेळी मुख्यमंत्र्यानं जातीनं हजर राहून देखरेख करावी अशी अपेक्षा असली तुमची तर– |
| सिंदकर | : (नाकपुडीवर बोट ठेवून) हे किती करतो? किडनीशपथ बोल यार... |
| मुरार | : तुझं काम काय ते बोल. रात्र फार होते आहे. उद्या सकाळपासून पुन्हा मला कामं आहेत. पहाटे उठून काही फायली बघायच्या आहेत. |
| सिंदकर | : या भागातले सगळे दादा आणि भट्टीवाले बघावे तर तुझ्या पार्टीत. |
| मुरार | : भलत्या गोष्टी नकोयत– |
| सिंदकर | : ऑल राइट, नको तर नको. तू आपल्याकडून एकदा एक वचन घेतलं होतं, आठवतं? नसलं आठवत तर नसू दे. मला आठवतं. आपल्याला आयुष्यात कधी काय गरज पडली तर तुझ्याकडेच येऊन मागायचं. उरावर बसून तू हे वचन घेतलं होतंस. आठवतं? |
| मुरार | : असेल. |
| सिंदकर | : तू नसलास तरी आपण वचनाचे सच्चे आहोत. ते वचन आपण कधी विसरलो नाही. पण सालं तुझ्याकडे मागावं असं काही आपल्याला हवंसं वाटलंच नाही. आताशी वाटू लागलं की मागावं. मागितलंच पाहिजे. फक्त तूच ते देऊ शकशील आणि मीच ते मागू शकेन. |
| मुरार | : काय आहे ते? |
| सिंदकर | : (झुरका घेऊन थंडपणे) किडनी. |

**मुरार** : काय?

**सिंदकर** : माझी किडनी. ती-तुझ्या पोटात बसवलेली. का ती पण विसरला?

**मुरार** : हा :

**सिंदकर** : कधी देतो?

**मुरार** : काय?

**सिंदकर** : माझी किडनी मला कधी देतो?

**मुरार** : बरा आहेस ना तू?

**सिंदकर** : देख यार, भंकस मत कर. किडनीचं बोल.

**मुरार** : अरे काय चालवलंयस काय तू?

**सिंदकर** : मेरी किडनी मेरेकू वापस मंगताय. बास.

**मुरार** : किडनीबिडनी कुणी वापस मागतं की काय...

**सिंदकर** : आपण मागतोय. आपल्याला ती पाह्यजे. तू काय म्हणला होतास, आठव. मला काही हवंसं वाटलं तर तुझ्याकडेच मागेन असं वचन घेतलं होतं तू.

**मुरार** : म्हणून काय किडनी?

**सिंदकर** : तो आपल्या मर्जीचा सवाल आहे. आपण आपल्या मनाला येईल ते मागू. अमुक मागू नको असं तू म्हणाला होता?

**मुरार** : तू असली काहीतरी खुळचटासारखी मागणी–

**सिंदकर** : यार, संभलके बात कर. किडनी कुणाची आहे?

**मुरार** : बसवली तेव्ही ती तुझी होती-

**सिंदकर** : तिच्यामुळे तू जगला का नाही? साफ साफ सांग...

**मुरार** : हो.

**सिंदकर** : म्हणजे माझ्यामुळे तू जगला. तुझ्या जगण्यामध्ये माझी भागी आहे. तूच म्हणाला होता.

**मुरार** : म्हणून काय किडनी...

**सिंदकर** : आपली भागी आता बास झाली. आपल्याला यापुढे तुझ्यात भागी

नाही पाहिजे. अपना हिस्सा अपनेकू मंगताय. तो किडनी नही वापस मांगनेकी? बोल. नही मांगनेकी?

**मुरार** : हे बघ सिंदकर–

**सिंदकर** : चीफ मिन्स्टर, खालीपिली फजूल बाते मत कर. मी तुला किडनी दिली तेव्हां कुणी आपल्यावर तशी जबरदस्ती केली होती? आपल्या खुषीची बात होती ती. आपण तुला काळा-गोरा पाह्यला पण नव्हता. तू तेव्हां चीफ मिन्स्टर नव्हता. साला, तू कोण होता ते पण मला माहीत नव्हतं. मी तुला किडनी का दिली? सांग. कारण आपली खुषी. बास. तशी आपली किडनी आपल्याला वापस पाह्यजे... आपली खुषी. कधी देतो?

**मुरार** : (हुशार होऊ लागलेले.) हे बघ सिंदकर, उद्या सकाळी नाही तर परवा माझ्या पी. ए. ला फोन करून रीतसर ॲपॉइंटमेंट घे, मग आपण याबद्दल...

**सिंदकर** : नाय! आपल्याला टाइम नाय. आत्ता काय ते ठरलं पाहिजे.

**मुरार** : आत्ता तू काही ऐकून घेण्याच्या अवस्थेत नाहीस.

**सिंदकर** : कारण आपला विचार झाला आहे. आपली चीज आपण वापस कधी मागायची ते कोण ठरवणार? आपण. तुझ्यात आपली भागी आपल्याला नाही पाहिजे, बास. जास्त बोलण्याचा सवालच काय? तू किडनी देऊन टाक, मामला खतम.

**मुरार** : ते काय पैसे देण्याइतकं सोपं आहे?

**सिंदकर** : आपण तुला ती दिली तेव्हां ते तरी काय सोपं होतं काय? साला, आपल्या जगण्यामरण्याचा सवाल होता. मोठं ऑपरेशन होतं. तेव्हा आपण दिली का नाही?

**मुरार** : पण...

**सिंदकर** : तशी आपण ती परत मागतो. घेताना कशी सहज घेतली? तशी

देऊन टाक.

मुरार : हे बघ सिंदकर, किडनी देण्यातल्या तुझ्या मनोधैर्याचं कौतुक करावं तेवढं केव्हांही थोडंच आहे–

सिंदकर : बकबक नाही पाहिजे. किडनी पाहिजे.

मुरार : ठीक आहे. आपण या प्रश्नाचा जरा नीट विचार करू, सिंदकर. तुझ्या मनात हे असलं का आलं?

सिंदकर : सच्ची बताऊ चीफ मिन्स्टर? साला, एक दिवशी आपण सकाळला जागे झालो आणि याद आली की आपली एका माणसाशी त्याच्या जिंदगीत भागी आहे. पार्टनरशीप. आपली एक किडनी त्याच्या पोटात आहे. आणि आपल्यापाशी साली एकच किडनी आहे. आणि तो आपला पार्टनर म्हणजे तू आहेस... तू! एकदम साला सणक गेली टाळक्यात. असला कमीना पार्टनर? असल्या काळ्या धंद्यामध्ये भागी? गोरगरिबांना टाचा घासायला लावून सरकारात स्वत: लफडेबाजी करणाऱ्यात पार्टनरशीप? साला यापेक्षा भट्टीवाला परवडला.

मुरार : सिंदकर, तुझाही मेंदू विरोधकांच्या आणि वर्तमानपत्रवाल्यांच्या खोडसाळ प्रचारानं बिघडवला आहे एकूण.

सिंदकर : झूट. आपण कधी वर्तमानपत्र वाचतच नाही. पण आपण सगळीकडे घुमताना कान, डोळे उघडे ठेवतो. बाकी सगळं नशेनं लुळं झालं तरी (डोके दाखवून) हे तेज असतं. सब बराबर अंदर रजिष्टर होता जाता है. चीफ मिन्स्टर, तू एक उफराट्या काळजाचा, गरीब लोकांची लूट आणि अमीर लोकांची चंगळ करून आपले खिसे भरून घेणारा बडा खिसेकापू आहेस.

मुरार : सिंदकर!

सिंदकर : तू बेगुन्हा लोकांचे जान घेणारा आणि आपला जान जपणारा

कातडीबचाऊ खुनी आहेस.

मुरार : शटप, सिंदकर...

सिंदकर : तू शरीफ लोकांची मतं गिळून डाकूंच्या टोळीत सामील झालेला धोकेबाज लीडर आहेस.

मुरार : सिंदकर, एका चीफ मिनिस्टरसमोर हे तू बोलतो आहेस.

सिंदकर : तू चीफ मिन्स्टरच्या कातड्यामध्ये फिरणारा डरपोक कोल्हा आहेस. हे सर्व लोक बोलतात.

मुरार : तुला–तुला जेलमध्ये पाठवीन! तुला तडीपार करवीन!

सिंदकर : ए, कुणाला भीती घालतो असली? आपण हे करून आलो. आपली किडनी टाक, बस. मग बाकी बात. असल्या नालायक आणि उलट्या दिलवाल्या माणसाच्या लफडेबाजीत पार्टनरशीप? अरे हॅट. पार्टनरशीप तुटली पाहिजे.

मुरार : तुझे माझ्याविषयीचे समज, सिंदकर, विरोधकांनी पसरवलेल्या गैरसमजांवर आधारलेले आहेत.

सिंदकर : तुझे विरोधक साला कोण आणि कुठे असतात ते आपण जाणत नाही. आपले समज लोक म्हणतात त्यावरले आहेत.

मुरार : लोक काय, विरोधी प्रचाराला बळी पडतात...

सिंदकर : त्यांची आधीच खराब हालत आणखी खराब झालेली असते म्हणून. त्यांचं जगणं म्हणजे एक नरक झालेला असतो म्हणून. त्यांची मतं गिळून त्यांच्याकडे पाठ करून सत्ता भोगताना तुम्ही त्यांना दिसत असता म्हणून. तुम्हांला वाटतं चीफ मिन्स्टर, की आपण डोळे झाकले म्हणजे कुणी पहात नाही. पण लोक पहात असतात ना.

मुरार : एखाद्या धंदेवाईक विरोधकासारखा बोलतो आहेस तू...

सिंदकर : शिवी देऊ नको. आपण आपल्यासारखे जगतो आणि बोलतो. किडनी दिली तेव्हां असे वागलो. ती वापस मागताना पण असेच

वागतो आहोत. आपल्याच मर्जीनं. आणि लोक बोलतात ते साफ खोटं असलं तर घे की शपथ आईची आणि म्हण सर्व खोटं आहे म्हणून. म्हण की!

**मुरार** : आईशपथ सर्व खोटं आहे.

**सिंदकर** : (डिस्गस्टने) अरेरेरे. चीफ मिन्स्टर, सत्तेने तुझ्यातला माणूस इतका खोटा करून टाकला? इतका? आईची शपथ घेतली तू? आणि लोक बोलतात त्यातल्या कितीक गोष्टी तर सरळ सरळ खऱ्या आहेत. त्यांचा पुरावा गावगन्ना बोंबलतो आहे.

**मुरार** : बैस ना. आपण काही बिअरबिअर तरी पिऊ...

**सिंदकर** : नाय! पार्टनरशीप कटाप. (मुराररावांच्या पोटात बोट खुपसून) किडनी वापस दे, चल. का मी काढून घेऊ?

**मुरार** : अरे पण! कुणी आलं तर...

**सिंदकर** : डरत नाही कुणाला. आपण आपलं आहे तेच वापस मागतो आहो. साला कोर्ट पण काही करू शकत नाही.

**मुरार** : मी किडनी वापस देत नाही-असं मी म्हटलं तर?

**सिंदकर** : तू म्हणू शकतो. तू हुशार. माझ्याकडनं वचन घेतलं पण तू वचन दिलंच नाहीस.

**मुरार** : (खुषीने) झालं तर मग...

**सिंदकर** : (तुमानीतून एक चमत्कारिक दिसणारे लोखंडाचे काहीतरी काढतो.)

**मुरार** : (भयभीत) काय ते?

**सिंदकर** : किडनी वापस मिळवण्याचा उपाय.

**मुरार** : ओ, नो!

**सिंदकर** : (ते चमत्कारिक प्रकरण खेचत आणखी लांब करीत जातो.) साला एकदम रामबाण!

**मुरार** : नाही नाही.

(लाइट्स बदलतात.

सिंदकर आणि त्याच्या चमत्कारिक हत्याराची 'बिझार' सावली
मागे पडते. हत्यार लखलखू लागते. सिंदकरचे डोळेही. ते
वेडसर.)

| | |
|---|---|
| सिंदकर | : चलो, चीफ मिन्स्टर... |
| मुरार | : नाही, सिंदकर, प्रश्न सोडवण्याचा हा मार्ग नाही- |
| सिंदकर | : शर्ट कर वर... वर कर शर्ट... |
| मुरार | : हा दहशतवाद होतो आहे... |
| सिंदकर | : लेंगा कर खाली... चल... किडनी... माझी किडनी... |
| मुरार | : धावा... कोण आहे तिकडे... सिंदकर, पंतप्रधान याबद्दल तुला कधीही क्षमा करणार नाहीत- |
| सिंदकर | : मेरी किडनी मैं लेकेही रहूँगा-बस्स-खतम् पार्टनरशीप... |

(मुरारराव ओरडू पहाताना गळा दाबल्यासारखे काही आवाज
करीत आहेत. सिंदकर त्यांच्या दिशेने येऊ लागतो. मुराररावांची
मोठी आरोळी.
मुराररावांनी खिशातून एकदम एक ऑड वाटणारे पिस्तूल
काढून रोखलेले. सिंदकर पुढे पुढे येतोच आहे.
याला 'बिझार' बॅकग्राउंड म्युझिक. जंगली श्वापदांच्या आरोळ्या
वगैरे. मुरारराव डोळे घट्ट मिटून पिस्तुल झाडतात. पिस्तुलातून
पाण्याची मोठी धार उडते. भिजलेल्या सिंदकरचे विकट हास्य.
त्याच्या हातात ते चमत्कारिक हत्यार.
मुरारराव मागे मागे होत आहेत. भिजलेल्या सिंदकरला शिंक
येऊ लागते. त्याचे नाक शिवशिवू लागते. तो बेभान. मुरारराव
त्याच्या पोटात ठोसा मारतात. सिंदकरला प्रचंड शिंक आणि
मुरारराव या आवाजाने गडबडून खाली बसलेले.
सिंदकरचे पुन्हा विकट हास्य
आता तो पुरता जवळ येतो. त्याच्या हातचे ते चमत्कारिक हत्यार

लखलखते आहे. त्याचे चमकते डोळे. भयभीत मुरारराव. मोठी,
दीर्घ आरोळी.

काळोख. म्यूझिक फेड होते.

उजेड. ...अंधूकसा.

मग मोठा दिवा लागतो. स्विच ऑन करून मंजुळाबाई आलेल्या.
मुख्यमंत्र्यांच्या बायकोला साजेसा एक नाइट गाऊन, डोक्याला
भरपूर पिना वगैरे.

मुरारराव टेबलाजवळच्या खुर्चीत घामाघूम आणि भ्रमिष्ट.)

| | | |
|---|---|---|
| मंजुळा | : | काय झालं? असे काय टारझानसारखे ओरडलात? |
| मुरार | : | तो... तो... |
| मंजुळा | : | कोण तो? |
| मुरार | : | तो... सिंद... सिंदकर... |
| मंजुळा | : | सिंदकर? तो तुम्हांला किडनी दिलेला? |
| मुरार | : | बाप रे! भयंकर! |
| मंजुळा | : | स्वप्न पडलं तुम्हाला? |
| मुरार | : | (पोट धरलेले) माझी किडनी! |
| मंजुळा | : | झालं तरी काय? |
| मुरार | : | तो कुठे गेला? सिंद - सिंदकर? |
| मंजुळा | : | अहो तो कधीच मेला... |
| मुरार | : | काय? |
| मंजुळा | : | हो. तो सिंदकर ना? तो मेला. दोन महिने होऊन गेले. त्याची उरलेली एक किडनी निकामी झाली. दुसरी मिळाली नाही म्हणून तो मेला. तुम्हांला मुद्दामच सांगितलं नाही मी. |
| मुरार | : | (मोठा उसासा सोडतात.) |
| मंजुळा | : | स्वप्नात आला का तो? |
| मुरार | : | बाप रे! |

**मंजुळा** : असे वेडेवाकडे बसून झोपलात की वाईटसाइट स्वप्नं पडतात तुम्हांला. पण तरी तसेच झोपाल! नीट झोपा चला पाहू आत. कुणी नाही सिंदकर नि फिंदकर. सगळा कल्पनेचा खेळ. चला. (मुरारराव उठतात. अभावितपणे पोटावर दोन्ही हात. मंजुळाबाईमागून तसेच निघतात. मग एकदम थांबतात. स्वत:शी हसतात. हात खाली घेतात. आणि मजेत आत जातात.

ते आत जाताना साजेसे पोलिसबँडचे बॅकग्राउंड म्यूझिक चालू होते.

ते आत गेल्यावर रंगमंचावर अंधार.

पांढरा पडदा उजळतो.

पोलिसबँड चालू. पडद्यावर अचकन, लांब राष्ट्रीय कोट घातलेले मुरारराव गार्ड ऑफ ऑनर घेत असल्यासारखे सलाम करून ताठ उभे. पोट जाणवते.

पोलीसबँडच्या आवाजातच तोफांसारखे हादरवणारे आवाज ठराविक अंतराने उठत आहेत-दूरवर उठावेत तसे.

क्रमश: हेही सर्व अंधारते.

पोलीसबँड चालूच राहतो.

आणि ते हादरवणारे आवाज देखील.)

(प ड दा.)

www.ingramcontent.com/pod-product-compliance
Lightning Source LLC
LaVergne TN
LVHW020135230825
819400LV00034B/1174
* 9 7 8 8 1 7 1 8 5 8 7 9 8 *